AF742236

ഹാരിസ് യൂനുസ്

ആലപ്പുഴയിൽ ജനനം.

പിതാവ് : എ. യൂനുസ് (late ഡെപ്യൂട്ടി തഹസിൽദാർ, റവന്യൂവകുപ്പ്)

മാതാവ് : എം. ലൈലാബീവി.

ഭാര്യ : ഷബ്നം, മക്കൾ : നേഹ, നൗറിൻ.

ആലപ്പുഴ ലിയോതേർട്ടീൻത് സ്കൂൾ, എസ്.ഡി.കോളേജ്, കാർമൽ പോളിടെക്നിക് എന്നിവിടങ്ങളിൽ വിദ്യാഭ്യാസം. 1992 മുതൽ ടൈറ്റൻ വാച്ച് കമ്പനിയിൽ ഇന്ത്യയുടെ പലഭാഗത്തുമായി പന്ത്രണ്ടുവർഷത്തെ ഔദ്യോഗിക ജീവിതത്തിനുശേഷം 2005 മുതൽ ദുബൈയിൽ ജോലി ചെയ്യുന്നു.

ആദ്യപുസ്തകം (2021) പുഴവിത്ത് (കവിതാസമാഹാരം), (കൈരളി ബുക്സ്, കണ്ണൂർ)

/haris.yoonus
/harisyoonus
haris.yoonus@gmail.com

Malayalam Language
Kadal Oru Galaxy
(Poems)
by
Haris Yoonus
♦
Published in October 2022
by Kairali Books Private Limited
Thalikkavu Road, Kannur.
Ph : 0497-2761200
E-Mail : kairalibooksknr@gmail.com
♦
Cover Design
Sudhi Anna
♦
Illustrations
Madhu Sanker Meenakshi
♦
Photography (Rear Page)
Neha Haris

48/22-23/Sl.No.1353/500/NS 18.6
ISBN 978-93-94472-04-4

കടൽ ഒരു ഗാലക്സി

ഹാരിസ് യൂനുസ്

കൈരളി ബുക്സ്

ജീവിതപ്പാതിയിൽ
പെട്ടെന്നില്ലാതായിപ്പോയ പ്രിയ കൂട്ടുകാരൻ
രവി എബ്രഹാമിന്

ഉള്ളടക്കം

നോവൊഴിയാതെ

വാക്കുമുറിയും കാലം

ഞാറ്റുപുര വർത്തമാനം

(സുഹൃത്ത് സഹീർ കാസിമുമായി പാലക്കാട് തസ്രാക്കിലെ ഒ.വി. വിജയൻ സ്മാരകത്തിലിരുന്നു നടത്തിയ സൗഹൃദ സംഭാഷണം)

സഹീർ കാസിം : ഏറ്റവുമാഴത്തിൽ ഉള്ളിൽതൊട്ട വായനയാണ് എനിക്ക് ഖസാക്കിന്റെ ഇതിഹാസം സമ്മാനിച്ചത്. പതിനെട്ടാം വയസ്സിലെ ആദ്യവായനയിലും പിന്നീടുള്ള തുടർവായനകളിലുമെല്ലാം മനസ്സിലുറപ്പിച്ചുവെച്ചതാണ് ഖസാക്കിൽ പോകണമെന്നതും പ്രിയപ്പെട്ട എഴുത്തുകാരൻ ത്രിമാനത്തിൽ വരച്ചിട്ട ഖസാക്കിലെ ലോകം ആവോളം അനുഭവിക്കണമെന്നതും. കരിമ്പനപ്പട്ടകൾ വെയിലേറ്റു തളർന്നുനിന്നിരുന്ന ഒരു ദിവസമാണ് പ്രിയസുഹൃത്ത് ഹാരിസ് യൂനുസിനൊപ്പം തസ്രാക്കിലേയ്ക്കൊരു യാത്രപോയത്. നോവലിന്റെ പരിസരത്തെയും കഥാപാത്രങ്ങളെയുമൊക്കെ ചേർത്തുവെച്ച് മണിക്കൂറുകളോളം ഞങ്ങൾ ഖസാക്കിലെ ഞാറ്റുപുരയിൽ സംസാരിച്ചിരുന്നു. അത്രയ്ക്കും പ്രിയമുള്ള ഒരു സൃഷ്ടിയെപ്പറ്റി അത് ജന്മംകൊണ്ട ഭൂമികയിലിരുന്നു നടത്തിയ സംവാദം പറഞ്ഞറിയിക്കാൻ പറ്റാത്ത അനുഭൂതിയാണ് ഉള്ളിലുണർത്തിയത്. അതേദിവസം അവിടെവെച്ചുതന്നെയാണ് ഹാരിസിന്റെ പുതിയ പുസ്തകമായ 'കടൽ ഒരു ഗാലക്സി' എന്നയീ കവിതാ സമാഹാരത്തിന്റെ ഉള്ളടക്കവും ഘടനയും വിശദമായ വർത്തമാനത്തിലൂടെ പൂർണ്ണമായും രൂപപ്പെട്ടത്. ഓർമ്മയിൽ നിന്നെടുത്ത കുറച്ചു സംഭാഷണശകലങ്ങളാണ് താഴെ കൊടുത്തിരിക്കുന്നത്.

പ്രവാസം, പ്രണയം, പ്രകൃതി ഇവയെയൊക്കെ ഇടകലർത്തിയുള്ള കവിതകളാണല്ലോ ആദ്യപുസ്തകമായ 'പുഴവിത്തി'ൽ ചേർത്തിരുന്നത്. അതിനുശേഷമുള്ള കുറച്ചേറെ കവിതകൾ പലപ്പോഴായി എനിക്കു വായിക്കാനായി. എന്താണ് പുതിയ പുസ്തകത്തിൽ സ്വീകരിച്ചിരിക്കുന്ന സമീപനം?

ഹാരിസ് യൂനുസ്: 'കടൽ ഒരു ഗാലക്സി' എന്ന പുതിയ പുസ്തകത്തിൽ മെച്ചപ്പെട്ട വായനാനുഭവം മുന്നിൽക്കണ്ട്, പ്രമേയത്തിന്റെ സ്വഭാ

വമനുസരിച്ചു നാലു ശീർഷകങ്ങളായി ക്രമീകരിച്ച അൻപത്തിയൊന്നു കവിതകളാണുള്ളത്. കഴിഞ്ഞ രണ്ടു വർഷങ്ങളിലായി എഴുതിയവയാണീ കവിതകൾ. പലവർണ്ണപ്പച്ചകൾ, ജൈവികത്തുടർച്ച, നോവൊഴിയാതെ, വാക്കുമുറിയും കാലം എന്നിവയാണ് ശീർഷകങ്ങൾ.

പ്രകൃതിയാകെ കവിയുന്ന പച്ചയിൽ പലപ്പോഴായി അറിഞ്ഞിട്ടുള്ള പ്രണയത്തിന്റെ ചിന്തുകളാണ് 'പലവർണ്ണപ്പച്ചകളി'ലുള്ള പതിനാറു കവിതകൾ. തുടർന്നുവരുന്ന 'ജൈവികത്തുടർച്ച'യിലെ ഇരുപത്തിരണ്ടു കവിതകൾ ദൈനംദിന ജീവിതത്തിൻറെയും, അപ്പപ്പോഴായി അതിലൂറിവരുന്ന ഗൃഹാതുരനിമിഷങ്ങളുടെയും ഒരു കൊളാഷ് (collage) ആണ്. കടന്നുവന്ന വഴികളിൽ പലവിധത്തിലായി പോറിയും മുറിഞ്ഞും ഇന്നും നോവുകളായി ശേഷിക്കുന്ന അനുഭവങ്ങളും വ്യക്തികളുമൊക്കെയാണ് 'നോവൊഴിയാതെ' എന്ന ഖണ്ഡത്തിലെ നാല് കവിതകളിൽ നിറയുന്നത്. അവസാനഭാഗമായ 'വാക്കുമുറിയും കാലം' യുദ്ധവും യുദ്ധസമാനമായ സമകാലവും പ്രക്ഷുബ്ധമാക്കിയ അന്തരീക്ഷത്തിൽനിന്നും പിറവിയെടുത്തവയാണ്.

സഹീർ കാസിം : *പുസ്തകത്തിലെ ആദ്യകവിതയായ 'പച്ച' എനിക്ക് പ്രിയപ്പെട്ട ഒന്നാണ്.*

'കമുകിന്റെ കരിംപച്ച
നെൽവയലിനിളംപച്ച
മഴയിറ്റിയ വെറ്റിലക്കൊടികളുടെ,
വെയിലിന്റെയുമ്മയിൽ കുടുങ്ങിയ
പായലിന്റെ,
മീൻകണ്ണുകൾ കുമിളകളിലൊളിപ്പിച്ച
ചെറുകുളങ്ങളുടെ
പച്ചനിറച്ച ഗ്രാമങ്ങളാൽ
ചുറ്റപ്പെട്ട നഗരം'
അങ്ങനെയൊരിടത്തിലുണ്ടായ പ്രണയം തന്നെയാണോ ഈ കവിത?

ഹാരിസ് യൂനുസ്: പ്രണയം എന്നത് നേരിട്ടനുഭവിച്ചതും അല്ലാത്തതും ആവാം. ഭൗതികവും സാങ്കൽപ്പികവും ആകാം. കാലാകാലം നീണ്ടുനിൽക്കുന്നതും നൈമിഷികവുമാകാം. കേട്ടറിഞ്ഞതാകാം. സ്വപ്നങ്ങളിൽ തെളിഞ്ഞതാവാം. പലഅടരുകളിൽ പച്ചനിറത്തിന്റെ പറുദീസകളായ ഗ്രാമങ്ങളാൽ ചുറ്റപ്പെട്ട ഒരു നഗരത്തിലുണ്ടായിരുന്ന കാലത്ത് നേ

രിട്ടു പരിചയമില്ലാതിരുന്ന എഴുത്തുകാരിയുടെ അസ്വാഭാവിക മരണം മുളപ്പിച്ച കവിതയാണ് 'പച്ച'. കവിതയവസാനിക്കുന്നത് 'അല്ലെങ്കിലും നമ്മൾ തമ്മിൽ കണ്ടിട്ടേയില്ലല്ലോ' എന്ന വരികളിലാണ്.

കേട്ടറിഞ്ഞ പ്രണയമാണ് 'ഒരേയുടൽ വസന്തം' എന്ന കവിതയിലുള്ളത്. ഒരേയുടലുകളുള്ള രണ്ടനുരാഗികളുടെ ചുറ്റുമുള്ള സമൂഹം തങ്ങളുടെനേർക്ക് തീപ്പന്തങ്ങൾ കത്തിച്ചെറിയുമ്പോൾ അതിലൊന്നും ഭയക്കാതെ, കുലുങ്ങാതെ രണ്ടു മനസ്സുകൾ/ഉടലുകൾ അവരുടെ ലോകത്ത് ചിരിച്ചും കലമ്പിയും പരസ്പരം ചുറ്റിപ്പടർന്നും ജീവിതം ആഘോഷമാക്കുന്നു. കൗമാര/ ഗൃഹാതുര/ വർത്തമാനകാല പ്രണയം, വിരഹം, രതി, അങ്ങനെ പ്രണയത്തിന്റെ തീക്ഷണവും മൃദുവുമായ അവസ്ഥകളുടെ ചിത്രങ്ങളാണ് 'പലവർണ്ണപ്പച്ചകളിൽ' എന്നയീ ഭാഗത്തിൽ വരയ്ക്കാൻ ശ്രമിച്ചത്. സംഗീതവും പ്രണയവും വിലയിക്കുന്ന 'ജോഗ്' എന്ന ഹ്രസ്വകവിത തീരുന്നതിങ്ങനെയാണ്

'നീയിങ്ങനെ
പാടിക്കൊണ്ടിരിക്കുമ്പോൾ
പുലർച്ചതീണ്ടിയ നിലാവുപോലുരുകുന്നു
ഞാൻ'

സഹീർ കാസിം : *'കടൽ ഒരു ഗാലക്സി' എന്ന പേരിൽ പുസ്തകത്തിലൊരു കവിതയുണ്ട്. പക്ഷെ പുസ്തകത്തിന്റെ ആകെത്തുകയായ ഗാലക്സി, കടലിൽ മാത്രമൊതുങ്ങാതെ വൈവിധ്യമാർന്ന മറ്റനവധി ക്യാൻവാസുകൾ മുന്നിൽ നിരത്തി വെക്കുന്നുണ്ട്. തൊട്ടടുത്തുള്ളതും, കണ്ടതും, കാണാത്തതും, ലോകത്തിന്റെ മറുപുറങ്ങളിലുള്ളതും എല്ലാം കവിതയ്ക്കു വിഷയമാകുന്നു.*

ഹാരിസ് യൂനുസ് : എന്റെ ഇരുപതുകളിൽ ഒരു കടലോരഗ്രാമത്തിൽ ചിലവഴിച്ച ഒറ്റരാത്രിയുടെയോർമ്മയിൽ പിന്നീടൊരിക്കലെഴുതിയ കവിതയാണ് 'കടൽ ഒരു ഗാലക്സി'. അതിശയമുളവാക്കുന്ന വസ്തുതയാണ്, കാലഹരണപ്പെട്ടുവെന്ന് കരുതുന്ന ഓർമ്മകൾ പലതും വർഷങ്ങൾക്കുശേഷം അപ്രതീക്ഷിതമായ 'എൻട്രി' നടത്തി നമ്മളെ ഞെട്ടിക്കുന്നത്. ഈ സമാഹാരത്തിലെ പല കവിതകളിലും സമാനമായ അനുഭവം എനിക്കുണ്ടായിട്ടുണ്ട്. ഇപ്പോഴത്തെ ജീവിത പശ്ചാത്തലത്തിൽ നാടിന്റെ സുഖമുള്ള ഓർമ്മകൾ കലരുന്നത് പ്രവാസത്തിന്റെ സാമാന്യസ്വഭാവമാണ്. അങ്ങനെ സങ്കലനപ്പെട്ട കവിതയാണ് 'ഖലീലിത്തിറ'. അറേബ്യൻ

ജീവിതത്തിലെ ഒരു സന്ധ്യയിൽ സാക്ഷ്യം വഹിച്ച സംഗീത/നൃത്തമേളയുടെ ദൃശ്യം അകന്നുപോകുന്നതിങ്ങനെ :

'പതുക്കെ ഖലീലിപ്പാ
ട്ടൊഴുകി മറയുന്നു
തിറയും പുഴപ്പെണ്ണും
മണലിൽ നടക്കുന്നു. '

പ്രവാസത്തിനിടയിലെ ഒരു പനിയുറക്കംപോലും നമ്മളറിയാതെ മഴയത്ത് കുടപിടിച്ചു നടത്തുന്നു. പനി മാറ്റാൻ തിളച്ചവെള്ളത്തിൽ ഇഞ്ചിയും, തേയിലയും, നാരങ്ങയും, മഞ്ഞളുമൊക്കെയിട്ട് കുടിക്കുന്നു. കൂടെയൊരു പാരസെറ്റമോളും കഴിക്കുന്നു. എന്നിട്ട് :

'ഇറയത്ത്
കുടയിരുന്നു മഴനനയുന്നു
പനിയെക്കെട്ടിപ്പിടിച്ചുഞാൻ
ഉടുമുണ്ടുപുതച്ചുറങ്ങുന്നു'

'ആവറേജ് ലൈഫ്' എന്ന പനിക്കാല കവിതയിൽ ഉറക്കം തെളിയുമ്പോൾ പനിവിട്ടുമാറുന്നതിങ്ങനെ

'നാലുമണിച്ചായ്‌വെയിലിൽ
വെക്ക വിട്ട വയലിറമ്പിൽ
സുഖമീ നടത്തം'

സഹീർ കാസിം : *'നോവൊഴിയാതെ' യിലെ കവിതകളുടെ പരിസരം എനിക്ക് പരിചിതമാണ്. നോവനുഭവങ്ങൾ കവിതകളാകുന്നതെപ്പോഴാണ് ?*

ഹാരിസ് യൂനുസ് : ഈ ഭാഗത്തിലെ നാലു കവിതകളിൽ ഒന്നിലൊഴികെ പൂർവകാല അനുഭവങ്ങളാണ് പ്രതിപാദിച്ചിരിക്കുന്നത്. സ്കൂൾ ദിനങ്ങൾ മുതൽ നമ്മുടെകൂടെയുണ്ടായിരുന്ന പ്രിയസുഹൃത്ത് ജീവിതപ്പാതിയിൽ പെട്ടെന്നില്ലാതായിപ്പോയതിന്റെ ആഘാതം ഇനിയും നമുക്ക് മാറിയിട്ടില്ലല്ലോ. അവന്റെ ജീവിതമാണ് 'അബ്രഹാമിന്റെ മകൻ' എന്ന കവിത. ജീവിതം കൂട്ടിമുട്ടിക്കാൻ പല തൊഴിലും നോക്കുന്നവൻ. ഒരിക്കലും ഡ്രൈവിംഗ് മടുക്കാത്ത അവൻ ഡ്രൈവറുടെ വേഷമണിഞ്ഞപ്പോൾ നമുക്ക് തീരെ അതിശയം തോന്നിയിരുന്നില്ല.

'മട്ടന്നൂരുമിരിട്ടിയിലും
ശ്ലീഹാപ്പാട്ടുകളുടെ കാസെറ്റ് കച്ചോടം,
കുമിളിക്കും രാജകുമാരിക്കും
ഇടയ്ക്കിടെ ട്രിപ്പ്.
മാസത്തിലൊരിക്കൽ അമ്മവെച്ച ചോറും മീനും.
ഉണ്ടുറങ്ങുന്ന ചേട്ടന്മാരുടെ
അവതാളത്തിലെ കൂർക്കംവലി കവച്ചുവെച്ച്
പലതവണ പടിയിറക്കം'

എന്നിട്ടും കരകയറാത്ത ജീവിതത്തിനെ പ്രവാസത്താൽ പരിഹരിക്കാനായി കടൽകടക്കുന്ന അവൻ, ഒരപ്രതീക്ഷിത വീഴ്ചയിൽ ബോധരഹിതനാകുന്നു. ഒടുവിൽ മറുനാട്ടിലെയൊരാശുപത്രിയിൽ :

'അബോധത്തിൽ അബ്രഹാമിന്റെ മകൻ.
ഈസീജിപ്പടത്തിൽ
കുന്നുകയറിയിറങ്ങുന്ന
അംബാസഡർ ഡീസൽ.
റേഡിയേറ്ററിലിറ്റുന്ന
തുള്ളികൾ
പാതികത്തിയ ഹെഡ്ലൈറ്റുകൾ.
മടങ്ങിയ വിരലുകൾക്കുള്ളിൽ
സ്റ്റിയറിംഗ് കൃത്യമാക്കി
കാലുകൊടുത്തിരപ്പിച്ച്
വേഗം കുറച്ച്, പന്ത്രണ്ടാം നാളിൽ
നിരപ്പാർന്ന വഴിയിലൂടെയവൻ'

മേൽപറഞ്ഞ ദുരവസ്ഥ സാക്ഷ്യം വഹിച്ചതിന്റെ തീവ്രതയിലാണ് 'അവൻ നിറഞ്ഞ' കവിത എഴുതിയവസാനിപ്പിച്ചത്.

സഹീർ കാസിം: *യുദ്ധവിഷയങ്ങൾ പരിഹരിക്കപ്പെടാതെ അവശേഷിക്കുന്നു. ലോകമെമ്പാടും പുതിയ യുദ്ധങ്ങൾ തുടങ്ങുന്നു, തുടരുന്നു. പല ദേശങ്ങളിലും യുദ്ധസമാനമായ അന്തരീക്ഷമാണുള്ളത്.*

ഹാരിസ് യൂനുസ്: യുദ്ധങ്ങളിലൂടെ നാം കടന്നുപോകാത്ത ദിവസങ്ങളില്ല. സംഘർഷങ്ങളെല്ലാം ഒരുതരത്തിൽ യുദ്ധങ്ങൾ തന്നെയാണ്. ശക്തർ മാത്രം വിജയിക്കുന്ന ഗെയിമുകളാണവ. തലമുറകളൊക്കെയും തെരുവിലെറിയപ്പെടുന്നു, ആക്രമിക്കപ്പെടുന്നു, കൊല്ലപ്പെടുന്നു. ഇതേ

ഗെയിമിൽത്തന്നെയാണ് മധുവെന്ന ചെറുപ്പക്കാരൻ ചെറുത്തു നിൽപ്പിനു പോലുമാകാതെ ആൾക്കൂട്ടയുദ്ധത്തിൽ ഇല്ലാതായത്:

'മരംചേർത്തുകെട്ടിയിട്ട
നിസ്സഹായതയെ
വാരിയെല്ലുടച്ചു കൊല്ലുന്നു.
തിന്നാൻ ഉപ്പില്ലാതിരുന്നതുകൊണ്ട്
വെള്ളം ചോദിക്കാതെ
മരിക്കുന്നു.
മരത്തിലിപ്പോഴും
അവൻറെ കണ്ണുകൾ
തുറിച്ചിരിക്കുന്നു'

ഈ കളിയിൽ രാഷ്ട്രീയ മേൽക്കോയ്മകൾ മാത്രം മുന്നേറുന്നു. അധികാരികൾ നിർവികാരരായി വിധികൾ നടപ്പാക്കുന്നു. എഴുത്തുകാർക്ക് നോവു പകർത്തിവെയ്ക്കുകയല്ലാതെ മറ്റു വഴികളില്ലാതെയാകുന്നു.

മനുഷ്യർക്കൊപ്പം പക്ഷികളും മൃഗങ്ങളുമെല്ലാം യുദ്ധക്കെടുതികൾക്കിരയാകുന്നു. ഉടമസ്ഥർ പലായനം ചെയ്ത യുദ്ധഭൂമിയിലവശേഷിക്കുന്ന വളർത്തുമൃഗങ്ങൾ പട്ടിണിയ്ക്കിരയാകുന്നു :

'വെളുത്തു നേരം,
കൺനിറഞ്ഞ ചാരത്തെ
വലതുകൈത്തലം
തുടച്ചു നീക്കവേ
വിശപ്പു തുള്ളുന്ന
വയറ്റിൻ സ്വപ്നത്തിൽ
ഇറച്ചിയും പാലും
തിളച്ചു തൂവുന്നു'

സഹീർ കാസിം : *'ഉറക്കം' എന്ന കവിതയെക്കുറിച്ച് ആദ്യമേ ചോദിക്കണമെന്നു കരുതിയതാണ്. എവിടെയൊക്കെയോ ഖസാക്കും രവിയുമൊക്കെ അതിൽ മിന്നിമായുന്നതുപോലെ..*

ഹാരിസ് യൂനുസ് : ഒരേ സമയം ബ്ലർ (blur) ഉം വ്യക്തവുമായ ഒരു സ്വപ്നത്തിന്റെ തുടർച്ചയായി നന്നേ പുലർച്ചയ്ക്ക് എഴുതിയ കവിത

യാണത്. ഒരു വ്യക്തിയും പാമ്പുമായുള്ള കണ്ടുമുട്ടലാണ് കവിതയുടെ പ്രതിപാദ്യം.

'നീലനിറമായിരുന്നു
പാമ്പിന്
അതിരാവിലെയാണ് ഞങ്ങൾ തമ്മിൽ കാണുന്നത്
മഞ്ഞിലിഴഞ്ഞു വന്നതിനാലാവണം
ഉടലാകെ നീർക്കണങ്ങൾ.
ഓരോ തുള്ളിയിലും
നീലനക്ഷത്രങ്ങൾ'

അങ്ങനെ തുടങ്ങുന്ന കൂടിക്കാഴ്ചയ്ക്കിടയിൽ അയാൾ പാമ്പിനോട് തന്റെ ആകുലതകൾ പറയുന്നു. അത് ചേർന്നിരുന്നു അയാളുടെ വലതുകൈയിലൊരുമ്മ കൊടുക്കുന്നു. അയാൾക്ക് കരയാൻ തോന്നുന്നു. തുടർന്ന് പാമ്പിന് ചിറകുകൾ വരികയും അത് ശബ്ദമില്ലാതെ പറന്നുപോവുകയും ചെയ്യുന്നു. അനന്തരം :

'നടക്കാൻപോയ മേഘം
തിരികെയൊഴുകുന്നു
നോക്കിയിരിക്കുമ്പോൾ
ഉറക്കം വരുന്നു
വലതുകൈയിലെ ചെറുവിരലിന്
പാമ്പിന്റെ നിറവും'

കവിത ഫേസ്ബുക്കിൽ വായിച്ച് പലരും ഖസാക്കിലെ രവിയുടെ അവസാനനിമിഷങ്ങളുമായുള്ള സാമ്യം പറഞ്ഞിരുന്നു. അങ്ങനെയുണ്ടെങ്കിൽത്തന്നെ തീരെ ബോധപൂർവ്വമല്ലാത്ത ഒരു കടന്നുവരവാണതെന്ന് ഇവിടെ പറഞ്ഞുകൊള്ളട്ടെ.

സഹീർ കാസിം : *തസ്രാക്കിലിരുന്നുള്ള ഈ സംവാദം ഒരുപാട് ആസ്വാദ്യകരമായി. ഏറെ വായനക്കാരിലേക്ക് പുസ്തകം എത്തട്ടെ എന്നാശംസിക്കുന്നു.*

ഹാരിസ് യൂനുസ് : രണ്ടാമത്തെ പുസ്തകമായ 'കടൽ ഒരു ഗാലക്സി' പുസ്തകരൂപത്തിലേക്കെത്തുമ്പോൾ അതിനുവേണ്ടി എന്റെയൊപ്പം നിന്ന എല്ലാവരോടും നിറഞ്ഞ സ്നേഹം.

പലവർണ്ണപ്പച്ചകൾ

1. പച്ച

വർഷങ്ങൾക്കുമുൻപ്
ഒരു നഗരത്തിൽ
കുറേക്കാലമുണ്ടായിരുന്നു
ഞാൻ.
കമുകിന്റെ കരിംപച്ച
നെൽവയലിനിളംപച്ച
മഴയിറ്റിയ
വെറ്റിലക്കൊടികളുടെ,
വെയിലിന്റെയുമ്മയിൽക്കുടുങ്ങിയ
പായലിന്റെ,
മീൻകണ്ണുകൾ കുമിളകളിലൊളിപ്പിച്ച
ചെറുകുളങ്ങളുടെ
പച്ചനിറച്ച ഗ്രാമങ്ങളാൽ
ചുറ്റപ്പെട്ട നഗരം.

അവിടെ നീയുമുണ്ടായിരുന്നു.

നിന്റെ കടലാസുകളിലാകെ
പച്ചവരകൾ
കണ്ണടച്ച് ഞാൻവരച്ച
ചിത്രങ്ങളിലൊക്കെയും
പച്ചമരങ്ങൾ.

വെട്ടുവഴികളിറങ്ങി
വെയിലിലേയ്ക്ക്
ഞാൻ നടന്നുപോയപ്പോൾ
കാറ്റുകെട്ടിപ്പിടിച്ച
മഴകടന്നു നീ
വഴികളിലേയ്ക്ക് കയറി.

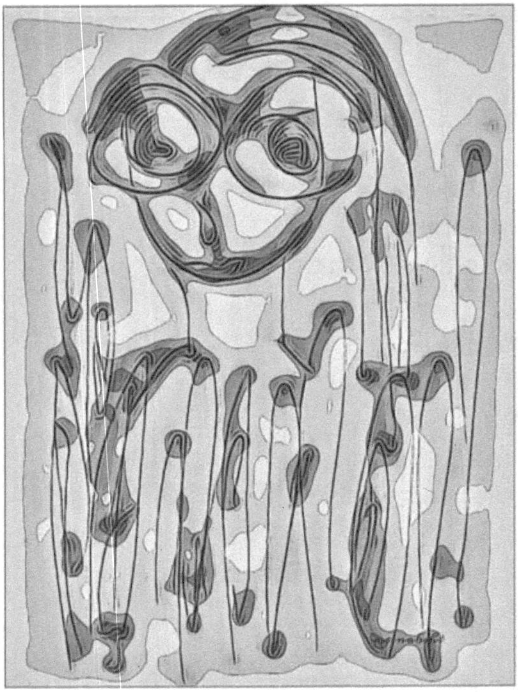

ചുവന്ന വഴിക്കല്ലുകളിൽ
പറ്റിയിരുന്ന പച്ചപ്പായൽ
എന്നെയും നിന്നെയും നോക്കി
കൺതുറക്കാതെ..

മഴയോങ്ങിനിന്ന
ഏഴുമണിരാവിലെ
ആളുകൂടിയ കുളക്കടവിൽ
വെയിലിനെവിട്ട് നിന്നെയുമ്മവെച്ചുകിടന്ന
പച്ചപ്പായൽ കാണാതെ ഞാൻ..

അല്ലെങ്കിലും നമ്മൾതമ്മിൽ
കണ്ടിട്ടേയില്ലല്ലോ

●

2. ജോഗ്

പുഴയോളം മഴ
ഉള്ളിൽ പെയ്തിട്ടും
ഒരു പാട്ടുപോലും
പാടാനാവാതെ ചിലർ...
എന്നെപ്പോലെ

അന്നാദ്യമായി
നാലുവരി പാട്ടെഴുതി
കുഞ്ഞു ചിത്രപ്പണികളാൽ
അലങ്കരിച്ചു

നീയിങ്ങനെ
പാടിക്കൊണ്ടിരിക്കുമ്പോൾ
പുലർച്ചതീണ്ടിയ നിലാവുപോലുരുകുന്നു
ഞാൻ

•

3. എന്നെ പ്രണയിച്ച അഞ്ചുപേർ

ഒന്ന്

ഒറ്റക്കാണലിൽ പ്രണയമെറിഞ്ഞവൾ.
മിണ്ടലുകളുടെ വണ്ടിയിൽ
തീരാത്ത യാത്രപോകണമെന്നും
കാഴ്ചകളുടെ ക്യാമറയിൽ
നിറയെ പടങ്ങളെടുക്കണമെന്നും
അതാതിടങ്ങളിലെ സ്വാദുകളാൽ
രുചിമുകുളങ്ങളെ പ്രളയപ്പെടുത്തണമെന്നും
സൂര്യോദയമില്ലാത്തൊരു രാത്രിയുടെ
പല്ലുംനഖവും ബാക്കിവെക്കരുതെന്നും
പറയുന്നവൾ.

രണ്ട്

കാറ്റുപോലെ കൂടെക്കൂടിയവൾ.
'നിനക്കെന്നെ കാണാനാവില്ല, പക്ഷെ
നിന്റെ ചില്ലകളുലയുമ്പോൾ
എനിക്കെന്നെ കാണാ'മെന്ന പാട്ട്
എന്നും പാടുന്നവൾ.

മൂന്ന്

കലഹമെന്ന പാലത്തിലൂടെയല്ലാതെ
വഴികളൊന്നുമില്ലാത്ത തുരുത്തിൽ
കുടിൽകെട്ടി പൊറുക്കുന്നവൾ.
മുരിക്കിൻപൂക്കൾ വരച്ചുവരച്ച്
മൂക്കും മുഖവും

സദാ ചുവന്നവൾ.
ചിരിക്കാത്തവൾ.

നാല്

എന്നും രണ്ടായിരിക്കലാണ്
ഒന്നാകാനുള്ള കൊതി
കടുകടുപ്പമാക്കുന്നതെന്നു
വിശ്വസിച്ചവൾ.
അവളുടെ വിശ്വാസത്തിനാൽ
എന്നെ രക്ഷിക്കുന്നവൾ.

അഞ്ച്

വാക്കു കുടിച്ചുവറ്റിച്ചവൾ
നോക്കിലൊരു കടലിരമ്പുന്നവൾ

എന്റെ പ്രണയങ്ങളൊക്കെ
ഇനിയൊരിക്കൽ പറയാം...
●

4. ചാറ്റൽമഴയിലെ സൂഫിനൃത്തം

നിന്റെ ചുണ്ടുകളിൽനിന്നടർന്ന്
പിറകോട്ടു പറക്കുന്ന ചിത്രശലഭമായി
തെന്നിയകലുമ്പോൾ
എന്താണ് നീയിപ്പോൾ ആകുലപ്പെടുന്നതെന്ന്
എനിക്ക് ശരിക്കുമറിയാം.

തലോടലുകളിൽ
മഴചാറ്റൽ നനഞ്ഞെന്നോണം
കുളിരുമ്പോൾ
എത്ര ശ്രമിച്ചിട്ടാണ്
ഞാൻ നിശ്ചലയായി കിടക്കുന്നത്.
വിരലുകളിലൂടെ നിന്റെ വിചാരങ്ങൾ
കൃത്യമായി എനിക്കു വായിക്കാനാവുന്നുണ്ട്.
ഞാനുറങ്ങിയോന്ന്
സന്ദേഹപ്പെടുന്ന നിന്നെ
കണ്ണടച്ചു കിടന്നിട്ടും
തെളിഞ്ഞു കാണുന്നുമുണ്ട്.

നിന്റെ ശ്വാസവേഗത്തിന്റെ
കുളമ്പടിയൊച്ചകൾ
കിംഗ്സൈസ് ബെഡ്ഡിന്റെ
ഇങ്ങേത്തലയ്ക്കലും
എന്നെയുലയ്ക്കുന്നു.
കണ്ണിൽ ഞാൻ കരുതിവെച്ചയിരുട്ടിൽ
നീ തെളിക്കുന്ന കുതിരകൾക്ക്
വഴിതെറ്റുകയാണല്ലോ

ഈ രാത്രിവക്കിലിരുന്ന്
നീ കുടിച്ചുതീർത്ത

ഒരുകടൽ വെള്ളത്തിലാണിപ്പോൾ
ശബ്ദമില്ലാതെ ഞാൻ
മലർന്നു നീന്തുന്നത്

പ്രിയപ്പെട്ടവനേ
മടുത്തൊടുവിൽ തുറന്നിട്ട
ജനാലയിലൂടെ
മഞ്ഞും കാറ്റുമെന്റെ
കട്ടിക്കമ്പളത്തിൽ മുട്ടിവിളിച്ചു
തിരികെപ്പോകുന്നതു
കണ്ടില്ലേ ?

നീ മട്ടുപ്പാവിൽ
പുകവലയങ്ങളെ
സൂഫിനൃത്തം ചെയ്യിക്കുന്നു
അതിലൊന്നായി പറന്നുഞാൻ
മിഴിപൂട്ടി
മഴമേഘങ്ങളെ തൊടുന്നു
•

5. ഉറക്കം

നീലനിറമായിരുന്നു
പാമ്പിന്
അതിരാവിലെയാണ് ഞങ്ങൾ തമ്മിൽ കാണുന്നത്
മഞ്ഞിലിഴഞ്ഞു വന്നതിനാലാവണം
ഉടലാകെ നീർക്കണങ്ങൾ.
ഓരോ തുള്ളിയിലും
നീലനക്ഷത്രങ്ങൾ.
ഉദയം വൈകിച്ചൊരു മേഘം
ഒറ്റയ്ക്ക് നടക്കാനിറങ്ങി.
എവിടെനിന്നാണിപ്പോൾ വരുന്നതെന്ന ചോദ്യത്തിന്
പാമ്പ് തലതിരിച്ചു, കണ്ണുകൾ മരങ്ങൾക്കുമീതെ ദൂരേക്കെറിഞ്ഞു.
അവ കടലുമാകാശവും താണ്ടി
ഒരുനൊടിയിൽ
തിരികെവന്നു.
ഞാൻ രണ്ടു കപ്പുച്ചിനോ ഓർഡർചെയ്തു.
ഈയിടെയായി എനിക്കുറക്കമില്ലെന്നു പറഞ്ഞത്
പാമ്പ് വാൽവിറപ്പിച്ചു കേട്ടു.

ഒരു ദീർഘശ്വാസത്തിൽ
പാമ്പ് പിന്നോട്ട് ചാരിയിരുന്നു.
'എത്ര സ്വപ്നങ്ങളിൽ എന്നെക്കണ്ടു?'
എണ്ണം തെറ്റിത്തെറ്റി ഞാൻ...

മെല്ലെ കാപ്പികുടിച്ചുതീർത്തു
പാമ്പ്.
ചേർന്നിരുന്ന്
എന്റെ വലതുകൈയിലൊരുമ്മ തന്നു.
എനിക്കു കരയാൻ തോന്നി.

നോക്കിയിരിക്കെ പാമ്പിന് ചിറകുകൾ..
നീലക്കല്ലുകളുള്ള കണ്ണാലെന്നെ
ആഴത്തിൽ നോക്കി
ശബ്ദമില്ലാതെ പറന്നുപോയി.

നടക്കാൻപോയ മേഘം
തിരികെയൊഴുകുന്നു
നോക്കിയിരിക്കുമ്പോൾ
ഉറക്കം വരുന്നു
വലതുകൈയിലെ ചെറുവിരലിന്
പാമ്പിന്റെ നിറവും.

•

6. ഓട്ടോഗ്രാഫ്

പഴയ പുസ്തകത്തടിയലമാര
പൊടിതുടക്കുവാൻ
ഒരുങ്ങിയിന്നലെ.
'മഹാമാരിക്കാലം
ജലദോഷം തുമ്മൽ
വെറുതെ സംശയം
വരുത്തി വെക്കണോ?'
മുഖത്തു കണ്ണട,
ഇരട്ട മാസ്കുമായ്
തുറക്കുന്നൂ, പാളി
കിരുകിരുക്കുന്നു.

നിരകളൊക്കെയും
പൊടിത്തിരകളാൽ
നിറഞ്ഞ ബുക്കുകൾ;
നിറങ്ങളൊന്നുപോൽ.
ഒടുവിലെപ്പോളാ
ണിതു തുറന്നെതെ
ന്നുറക്കെ ചിന്തിച്ചു,
(ചിരിക്കുന്നുണ്ട് ഫോൺ)

പൊടിമറയുന്നു;
ഒടുക്കത്തെ സ്റ്റോപ്പിൽ
ഒരു ബസ്സെത്തുന്നു,
കരിമ്പനപ്പട്ട
കുതറുന്നൂ കാറ്റിൽ.
മതിലുകൾക്കുമേൽ
പടർന്ന മാതളം,

തിരുസങ്കീർത്തനം
തെളിഞ്ഞു കേൾക്കുന്നു.
അതിരാണിപ്പാടം
കടന്നു പോകുമ്പോൾ
അടുത്തു വീണപൂ
വുയർത്തെണീക്കുന്നു.
ഉരുകുന്നൂ മഞ്ഞ്,
മയങ്ങും മയ്യഴി
ഉറക്കം വിട്ടുണർ
ന്നൊഴുകുന്നൂ വീണ്ടും.
ഒരു ശരത്കാലം
ഗസലു മൂളുന്നു
കറുപ്പിന്റെ കവി
കവിത ചൊല്ലുന്നു.

ഇടക്കൊരുതട്ടി
ന്നരികിൽ നിന്നൊരു
കുറിയ പുസ്തകം
നിലത്തുവീഴുന്നു.
തിളങ്ങുന്നു കവർ
നിറയെപ്പൂവുകൾ,
അകത്തെത്താളുകൾ
തുറന്നു നോക്കുന്നു.
പിരിയും നാളൊന്നിൽ
പ്രിയ കലാലയം
കുറിച്ചു നൽകിയ
വരികൾ, മുത്തുകൾ..

ഒടുവിലെപ്പേജിൽ
നിറഞ്ഞ മഞ്ഞയും
ഇരുവരികളാ

യൊരു കവിതയും.
പല വർഷങ്ങളെ
പിറകോട്ടോടിച്ചു
മരത്തണൽ പറ്റി
ചിരിച്ചു നിൽക്കുന്നു.

ടിണിം ടിണിം, അതാ
കിലുങ്ങുന്നു ഫോണിൽ
ഇരുവരിയിലെ
കവിതകൾ വീണ്ടും
•

7. പരൽമീൻ ഇരട്ടിപ്പിച്ച നിലാവ്

കറുപ്പിന്റെ
ഏറ്റക്കുറച്ചിലുകളിൽ
രാത്രി.

ഇറിഗേഷൻ കനാൽ തീരത്ത്
മുട്ടോളം വെള്ളത്തിൽ
കാലുകളിട്ട്
ഞങ്ങൾ

പൊട്ടിവീണ നക്ഷത്രങ്ങളെ
വലവീശിക്കോരുന്ന
മീൻപിടുത്തക്കാരൻ

ചീവീടും തവളകളും
ടിന്നൈറ്റസും നടത്തുന്ന
ബാൻഡൊഴികെ
നിശബ്ദം

ഭ്രമണപഥത്തിലെ
ആകസ്മികതകളെക്കുറിച്ചു
രണ്ടു ഗ്രഹങ്ങൾ സംസാരിക്കുന്നോണം
ആശ്ചര്യപ്പെട്ടു.

നിഗമനങ്ങളുടെ
അടിസ്ഥാനമില്ലാത്ത
കണ്ടുമുട്ടലിന്റെ
സംഭാവ്യത
എത്രയാണ്?

പരൽമീൻ മറിയുന്നു.
രണ്ടു നിലാവുകൾ ജലപ്പരപ്പിൽ.
തുളുമ്പാതെ രണ്ടിനെയും ഞാൻ
കോരിയെടുക്കുന്നു.

•

ടിനൈറ്റസ് (Tinnitus) - ചെവിയിൽ സദാസമയവും മൂളൽ കേൾക്കുന്ന മെഡിക്കൽ കണ്ടീഷൻ

8. ശ്യാമം

കണ്ണടക്കടയിൽ
കാഴ്ച്ച മിനുക്കുമ്പോളാണ്
കയ്യിലൊരു ചീട്ടുമായി
എന്റെ കണ്ണട ആയോന്ന്
അവൾ കയറിവന്നത്.

വെളുപ്പാവേശിച്ച മുടി
വിടർത്തിക്കെട്ടിയിട്ടുണ്ട്
മാസ്ക് അണിഞ്ഞിട്ടുണ്ട്
കണ്ണുകൾക്കു കീഴെ കറുപ്പുണ്ട്
കുട മടക്കിപ്പിടിച്ച വിരലുകളിൽ
മഞ്ഞൾച്ചായമുണ്ട്.

ദേശാടനത്തിനു പോയ
കണ്ണുകൾക്ക്
തിരിച്ചറിവുണ്ടാകുമ്പോൾ
കടയ്ക്കുപുറത്ത്
കാലംതെറ്റിപ്പെയ്ത
ചെറുമേഘം
മഴവില്ലേ മഴവില്ലേന്ന്
പറപറക്കുന്നു.
മഴത്തുള്ളികൾ
നിലംതൊടാതെ
കാറ്റിലേറി
മേഘംപോയ വഴിതേടുന്നു.

ചിരിയിലൊരു വാകപൂക്കുന്നു
പുസ്തകത്താളുകൾ മറിയുന്നു.

ഇളംനീല ദാവണി പാട്ടിലിളകുന്നു
ഗ്രാമമാകെ
ഓണവെയിൽ പരക്കുന്നു

റോഡിൽനിന്നും
കണ്ണടക്കടയിലേക്കു
മൂന്നു പടികൾ.
മങ്ങിയ കാഴ്ചയിൽപ്പൊതിഞ്ഞ
കവിതകൊടുത്ത്
ഞാൻ മൂന്നുദശകങ്ങളിറങ്ങുന്നു.

കണ്ണടലെൻസിലെ
വരികളിലൊരു
സന്ധ്യ ചുവക്കുന്നു..

•

9. മലയിൽനിന്നു കടൽകാണുമ്പോൾ

കടൽ കണ്ടു മടുത്തെന്ന്
ഇരുവർക്കും തോന്നിയപ്പോഴാണ്
അവളുമായി
മലമുകളിലേക്ക്
യാത്രപോയത്.

ചുരങ്ങളിലെയാകാശത്തിൽ
തെളിഞ്ഞുനിന്ന
നക്ഷത്രങ്ങളിലൊന്നിന്റെയടുത്ത്
ബസ്സിറങ്ങുമ്പോൾ
ഉച്ചത്തിൽ പാടുന്ന നിശ്ശബ്ദത.

കുഞ്ഞുമുറിയിലെ
മഞ്ഞവെളിച്ചം
ജനൽതുറന്ന്
പുറത്തിറങ്ങി
രണ്ടു കസേരകളിട്ടിരുന്നു.
ആദ്യത്തെയുമ്മയിൽ
ഒരു തിരയൊച്ച കേൾക്കുന്നു.

'നമുക്കും കടലിനുമിടയ്ക്ക്
എത്രദൂരമിപ്പോൾ?'

'കാണാക്കാഴ്ചയിലൂടെ പായുന്ന
തീവണ്ടിയുടെ
മാഞ്ഞു മുറിഞ്ഞു കേൾക്കുന്ന
ഒച്ചയോളം'

ഓടിറക്കങ്ങളിൽ
ഒലിച്ചിറ്റും മൗനം.
വീടിനെച്ചുറ്റി
ഇരുട്ടിന്റെ കുഴമ്പുപുരട്ടി
കുളിച്ചുറങ്ങും മലകൾ.

'മലമുകളിൽ നിന്നാൽ
കടൽ കാണുമോ.'

ആകാശത്തിലേയ്ക്കു
കയറിപ്പോയ
നക്ഷത്രങ്ങളുടെ
കാൽപ്പാടുകൾ പിൻതുടർന്ന്
ഞങ്ങളിപ്പോൾ
മലമുകളിൽ.
ചേർന്നുനിൽക്കുമ്പോൾ
മേലാകെ
ഉപ്പുകടൽ

തിടുക്കമൊന്നുമില്ലാതെ
മുന്നിലെ
ശൂന്യത തുറന്ന്
കണ്ണുകൾ
ദൂരേയ്ക്കിറങ്ങിപ്പോയി

താഴെ
മഞ്ഞവെളിച്ചം അസ്തമിച്ച
മുറിക്കുപുറത്ത്
വേലിയേറ്റത്തിൽ ഒഴുകിപ്പോകുന്ന
ഒഴിഞ്ഞ രണ്ടു കസേരകൾ.

•

10. ഒരേയുടൽ വസന്തം

ഉറപ്പുള്ള മരത്തിൽ
ചുറ്റിച്ചുറ്റി
മേലേയ്ക്കുയരുന്നതായിരുന്നു
വള്ളിച്ചെടികൾക്ക്
പറഞ്ഞിരുന്നത്.

ചിലപ്പോൾ മരം
ഉണങ്ങും
കടപുഴുകും
മുറിഞ്ഞുപോകും
മിന്നലേറ്റു കത്തും

അതൊന്നും വള്ളിച്ചെടികൾക്ക്
ചുറ്റാതിരിക്കാൻ
കാരണമായി
കണ്ടിട്ടേയില്ല.

അനാദികാലം മുതൽക്കേ
മരംചുറ്റിപ്പടർന്ന
വള്ളികൾക്കിടയിൽ
പുതുതൊന്നു തലപൊക്കി.

മൂരിനിവർന്നവൾ
സൂര്യനെനോക്കി ചിരിച്ച്
ആവോളം കാറ്റുനുകർന്ന്
ഇടവമഴയിൽ കുളിച്ച്
തോട്ടിൽ മുങ്ങിമദിച്ച്..

അവൾക്കെന്തോ മരം
പണ്ടേ പഥ്യമല്ല
കട്ടിത്തോലും
കുത്തുംകമ്പുമൊക്കെയായി
ഒരസ്കിത

ഒരിക്കലൊരുനാൾ
ചോന്നുതുടുത്തൊരു
സുന്ദരിപ്പുതുവള്ളി
കൈയകലത്തിൽ
പകലിൽ തിളങ്ങി
കാറ്റിലിളകിയിളകി..

വള്ളികൾ നോക്കി
വള്ളികൾ ചിരിച്ചു
കൈകൾ കോർത്തു
കഥകളാർത്തു
കാറ്റൊട്ടു കൊണ്ടു
അങ്ങനെയങ്ങനെ
തമ്മിൽച്ചുറ്റി..

കരയും കടലും
കാറ്റും വെയിലും
മഞ്ഞും കുളിരുമൊക്കെ
മാറ്റമില്ലാതെ..

ഒരേയുടലുകളുള്ള
രണ്ടുവള്ളിച്ചെടികൾ
തമ്മിൽ പടരുമ്പോൾ
ചുവക്കുന്നു വസന്തം

•

11. നിലാവും നീയും

ഗന്ധം

നമ്മുടെയുമിനീർഗന്ധവുമായി
ഇവിടുന്നൊരു കാറ്റ് പുറപ്പെട്ടിട്ടുണ്ട്
നിനച്ചിരിക്കാതെ
ഏതോ ദേശത്ത്/കാലത്ത്
പൊടുന്നനെയത് തഴുകിവരുമെന്നും
ഒരു നിമിഷം
സ്വയം നഷ്ടപ്പെട്ടു നിൽക്കുമെന്നും
എഴുതി വെയ്ക്കുന്നു

നോട്ടം

എങ്ങനെ നോക്കിയിട്ടും
എന്റെ കാഴ്ചകളിലൊക്കെയും
കല്പകവൃക്ഷത്തിന്റെ തൊണ്ടുകൾ *
നാമന്യോന്യം നോക്കിയിരിക്കുമ്പോൾ
ജീവനിലാകെ തെളിയുന്ന
വഴിവിളക്കുകൾ

**കടപ്പാട് ഖസാക്കിന്റെ ഇതിഹാസം*

നിലാവ്

ഇരുളിന്റെ വാതിൽ
തുറന്നു മെല്ലെ
മുഖപടം പാതി
മറച്ചുനിൽക്കും
പ്രിയതരമായ
വെൺപൂവു പോലെ
ഉയിരിലെക്കവിതയായ്
നിൻവെളിച്ചം.

•

12. ഒരു പാടവുമായി പ്രണയത്തെ ചേർത്തുവരയ്ക്കുമ്പോൾ

ഉച്ചകഴിഞ്ഞൊരു
മൂന്നുമണിനേരത്താണ്
ഞങ്ങൾ പുറപ്പെടുക.

റോഡിന്റെ റോങ്ങ്സൈഡിലൂടെ
തണൽ പിടിച്ചുള്ള
സൈക്കിളോട്ടം.
പതുക്കെയാണ് പോക്ക്
ഡബിൾസ് പിടിക്കുന്ന
പോലീസുകാരനെ
ദൂരേന്നുകാണുമ്പോഴേ
പിന്നിൽനിന്നും ചാടുമവൻ;
പിന്നെയും കയറും.
സിനിമയും പാട്ടും
കവിതയും നോവലും
ഒക്കെ വർത്തമാനം.

വളവൊന്നു തിരിഞ്ഞാൽ
വഴിക്കിരുപുറവും
നിറയെ മരങ്ങൾ.
ചെറുവെയിലിലും
തണുപ്പ്.

'മിലേസുർ മേരാതുംഹാരാ'
എന്ന് എവിടുന്നൊക്കെയോ
കേൾക്കുന്നുണ്ടാവും
കാണാൻ പോകുന്നത്

അവളെയും
അവളുടെ വീടുചുറ്റിയുള്ള
പാടവുമൊക്കെ
ആയതിനാലാവണം
പാട്ടിലാകെയും പ്രേമമാണെന്നു
തോന്നി.
(ഇപ്പോഴും മാറ്റമൊന്നുമില്ല)

പാടം അടുക്കുമ്പോൾ
വെയിൽ
ചാഞ്ഞുതുടങ്ങും.
ഇളംനീലയിൽ മഞ്ഞുപോലൊരു
മൂടലും.
പാടത്തിനൊത്തനടുക്ക്
ചെമ്മണ്ണിട്ട റോഡ്, കലുങ്ക്.
സൈക്കിളവിടെ വെച്ച്
കലുങ്കിലിരിക്കും.

പതിവുകാഴ്ചകൾ മെല്ലെ..
കത്തുകൾ കൊടുത്ത്
തിരികെപ്പോകുന്ന പോസ്റ്റുമാൻ.
തിമിർത്തുതുള്ളി കളിക്കാൻ പോകുന്ന
ചെക്കന്മാർ.
സംശയത്താൽ നോക്കിത്തുറിക്കുന്ന
ചേട്ടന്മാർ
പോതപ്പുല്ലും കുളവാഴയും നിറഞ്ഞ
വിളയില്ലാപ്പാടത്ത്
ഞങ്ങളങ്ങനെ..

അപ്പോൾ
ബസ്സിറങ്ങി

ദൂരെനിന്നവൾ വരുന്നതും
അടുത്തെത്തുമ്പോൾ
നോക്കി ചിരിക്കുന്നതുമൊക്കെ..
നടന്നു മറയുന്നതും
എപ്പോഴെങ്കിലുമൊന്നു തിരിഞ്ഞുനോക്കുന്നതും
കുറച്ചുനേരമിരുന്നിട്ട്
ഞങ്ങൾ തിരികെപ്പോരുന്നതും..

ഇതാണാ ചിത്രം.
ഒറ്റഫ്രെയിമിൽ
വരയ്ക്കാൻ നോക്കിയതാണ്
ദൃശ്യത്തിൽ അവളില്ലെങ്കിലും
പാടത്തിനിപ്പോഴും
പ്രണയത്തിന്റെ നിറമുണ്ടല്ലോ.
●

13. മുറിയാത്തിരകൾ

ചങ്കിലെന്നുമൊട്ടിനിൽക്കും
ഒച്ചകൾ ചിലതങ്ങനെ.

ഏഴുമണി രാവിലത്തെ
പാലുതിളക്കൂവലിന്റെ
തറവാട്ടുമ്മറത്തെ
ചുവന്നൊരു ബുൾബുളിന്റെ
സിനിമാനോട്ടീസു പൊടിപറത്തുന്ന
നീളൻ ലൗഡ്സ്പീക്കറിന്റെ
മഴച്ചായക്കടയിൽ
കേച്ചേരിയും നൗഷാദ്അലിയും
ബാധിച്ച
യേശുദാസിന്റെ.
പാതിരാത്രിട്ടീവീലെ
പതിഞ്ഞ ക്രിക്കറ്റിന്റെ.

ഒച്ചകൾ ചിലതങ്ങനെ..

മരപ്പെയ്ത്തിൽ ഉടൽവിറച്ച
മണ്ണാത്തിപ്പുള്ളിന്റെ
കുറുമ്പേറി കൂടെക്കൂവും
ചാരപ്പുള്ളിക്കുയിലിന്റെ
മുളന്തണ്ടറിയാതെ
ഇലകളെയുമ്മവെച്ച കാറ്റിന്റെ

നീയിരുന്ന ക്ളാസ്സിലെ
ചോക്കുവരകളുടെ.
നീ വരുന്ന
ബസ്സിന്റെ.

നിന്റെ.

●

14. അഞ്ചു കവിതകൾ

പകർച്ച

നാട്ടുവഴിക്കാട്ടിൽ
തിടുക്കപ്പെട്ടൊരുമ്മയിലുടക്കി
തെറിച്ചുവീണു തിരഞ്ഞുകിട്ടാത്ത
മൂക്കുത്തി.

കൊല്ലമൊന്നിപ്പുറം
കാലവർഷത്തോർച്ചക്കുളിരിൽ
വഴിയാകെപ്പൂത്തുനിന്ന
മൊഞ്ചത്തി.

ഐറണി

തൊണ്ണൂറ്റൊമ്പതിലെ പാമ്പും
നൂറിലെ ഏണിയും
ഒടുവിലൊന്നായി.
ഇൻഫാക്ച്ചുവേഷൻ
ആയിരുന്നത്രേ.

ഓർഗാനിക് ഫാമിങ്

നീർമാതളങ്ങളുടെ
രക്തമൂറ്റി
കുളം നിറച്ച്
ഞാൻ പ്രണയമീനുകളെ
വളർത്തുന്നു.
ചെറുവിശപ്പിൽ പോലുമവയെ
കറുമുറെ
പൊരിച്ചു തിന്നുന്നു.

ഫ്രീഡം

ഉടുപ്പുകൾ തിരഞ്ഞു മടുക്കുന്നു.
ഉറങ്ങാനെന്തിനുടുപ്പ് എന്ന്
സ്വപ്നം കാണുന്നു.

പ്രണയമെന്നാൽ

വെയിൽ കത്തിയൊരുനാളിൽ
പടിവാതിൽ ചാരാതെ
ഇരുമെയ് പുണർന്നതോ
പ്രണയം..
ഉടലാകെ വേർപ്പിന്റെ
കടൽ വന്നു മൂടുമ്പോൾ
കാറ്റായ് തണുത്തതോ
പ്രണയം..

•

15. മെയ്ച്ചോപ്പ്

വെയിലിൽച്ചുവക്കും
കാറ്റിൽക്കൊഴിയും
മൺസൂണിലൊലിച്ചുപോകും

മെയ്ച്ചോപ്പുമായെത്തി
കടലാകെക്കടുപ്പിച്ച്
ജൂൺ.

ജൂലൈയിൽ നനഞ്ഞുദിച്ചു
ചുവന്നൊരുമ്മ.

•

16. മഴവഴി

ചിത്രമൊന്നുവരച്ചു ഭംഗിയി
ലെത്ര സുന്ദരമോർമ്മകൾ..

പട്ടുചേലയിൽ മഞ്ഞനൂലുകൾ
കുട്ടനാട്ടിലെ നെൽവയൽ
വണ്ടിയോട്ടിനാ,മന്ന് പോയതും
കൈയ്യുകോർത്തു ചുവന്നതും

ചേറുവീണ വരമ്പുകൾ, ചെറു
മീൻപിടച്ചയൊഴുക്കുകൾ
നാമിരുന്നു വരച്ച തിട്ടകൾ
കാറ്റു കൂട്ടിയൊരുമ്മകൾ..

വൃശ്ചികത്തണൽ വീഴുമുച്ചയിൽ
വാക പെയ്തൊരു ചെമ്മഴ
ചാരുബെഞ്ചിലിരുന്നു കൊണ്ടതു
മേറെ മിണ്ടിനടന്നതും

തട്ടുദോശകഴിച്ചു ചൂടൊരു
ചുക്കു കാപ്പികുടിച്ചതും
കൺനിറഞ്ഞു കലങ്ങവേ, എരി
കൊണ്ട പോലെ നടിച്ചതോ..

മേഘമൊന്നു പതുങ്ങിയങ്ങനെ
കണ്ണുപൊത്തി നിലാവിനെ
നേരമൊത്തിരിയായി പോകണ
മാകെ സങ്കടമാകവേ..

ഓർമ്മചാറിയ പാതകൾ, ചെറു
നീറലായ് തെളിയുന്നുവോ..

•

ജൈവികത്തുടർച്ച

1. കടൽ ഒരു ഗാലക്സി

പാതിരാത്രി
അത്താഴം കഴിച്ചു
പൂച്ചയുറക്കമുണർന്ന വീടുകൾ
വാതിലുകൾ
മലർക്കെ തുറക്കും.
ചുണ്ടിലും ചുമലിലും
ഉമ്മകളെയഴിച്ചുവിട്ട്
പെണ്ണിന്റെ മുടിച്ചൂരുമായി
ആണുങ്ങൾ പുറത്തേയ്ക്കൊഴുകും.
കടപ്പുറത്തെ മണലുകൾ
കൂട്ടമായി കിരുകിരുക്കും.
പെണ്ണുങ്ങൾ
നോട്ടം ഓട്ടോഫോക്കസിലിട്ട്
വാതിൽക്കലിരിക്കും
അവരുടെ മൂക്കുത്തിയിൽ
നക്ഷത്രങ്ങൾ അസ്തമിക്കും.

കടലങ്ങനെ
ചിറകുവിരിച്ചു കിടക്കും.
വഴുവഴുത്ത്
'കരയല്ല കടലല്ല' എന്നിടത്തെ
അറുത്തുമുറിച്ച്,
മലർന്നുപറക്കുന്ന
കാക്കകളെപ്പോലെ
ഒന്നൊന്നായി വള്ളങ്ങളിറങ്ങും.
കടലിനൊപ്പം
പറക്കും.

രാത്രിയിൽ കടലൊരു ഗാലക്സി.
ഓരോ വള്ളവും ഓരോ നക്ഷത്രം.
ആളുകൾ ഗ്രഹങ്ങൾ.
നിലാവുകൾ മീനുകൾ.
തമ്മിലന്യോന്യം ബന്ധിപ്പിക്കുന്ന
വലക്കണ്ണികൾ..

എൻജിൻ നിർത്തുമ്പോൾ
കടൽ
ഇരുണ്ട നിറങ്ങളിൽ തിളങ്ങുന്ന
അനങ്ങാത്ത
വർണ്ണക്കടലാസ്.
ചുറ്റിപ്പറക്കുന്ന കടൽകാക്കകൾക്ക്
തകർപ്പൻ ഏരിയൽ വ്യൂ.

വലയും വഞ്ചിയും നിറയുമ്പോൾ
കടൽ തിരികെ പറക്കും.
മീനുകളിൽ കുറെ
പിന്നാലെ പായും
മടുത്തൊടുവിൽ
വാലിളക്കി തിരികെപ്പോകും
പയ്യെപ്പയ്യെ
നേരം വെളുക്കും..

പ്ലേറ്റിലൊരു
വറുത്ത നിലാക്കഷണം വരുമ്പോൾ
നമ്മളെന്തെറിയുന്നു..

•

2. കറുപ്പിനെന്തു പേരിടും

നാളേറെയായ് കൂടെക്കൂടിയ പൂച്ചയെ
പെട്ടെന്നൊരു ദിനം
കളഞ്ഞാലോന്ന്.
ദൂരെദൂരെ
മടക്കം പ്രാപ്യമല്ലാത്തൊരിടത്ത്
ആരുമറിയാതെ..

'കളയുന്നതെന്തിനെ'ന്നൊന്നുരണ്ടാവർത്തി
ഉള്ളിലേക്കെറിഞ്ഞ ചോദ്യം
ശ്വാസം കിട്ടാതെയുഷ്ണിച്ചു
ചൂടരുവിയായ് പുറത്തേക്ക്..

ഒഴുകിയൊഴുകിയൊടുവിൽ
ഒരിടത്തരുവി തണുത്തു

അരുവിക്കരയിലെ മരച്ചുവട്ടിൽ
പൂച്ചയും ഞാനും.
നനുത്ത കാറ്റിൽ പൂച്ചമയക്കം.
തലയുമുടലും കോതി ഞാൻ.
ഇടക്കിടെ കണ്ണടച്ചും മിഴിച്ചും
കുറുകിയും
നഖങ്ങളിളക്കിയുമവൾ..

എങ്ങുന്നോ വന്നൊരു പാട്ട്
കേട്ടിരുന്നു ഞാൻ.
ചെവി വട്ടം പിടിച്ചവളും
കാറ്റിലോടിയ കരിയിലയെ
പേടിപ്പിച്ചു പിന്നിലോടിയവൾ
'പൂച്ചേ പൂച്ചേ ഇങ്ങുവാ
ഓടിവാ'
അപ്പോഴാണ്

അവൾക്കൊരു പേരുണ്ടായിരുന്നെങ്കിൽ
ചൊല്ലി വിളിക്കാമായിരുന്നെന്ന്..

വെയിൽ പോലെ
വെള്ളയും മഞ്ഞയും
ഇടകലർന്ന നിറമവൾക്ക്.
ഏതോ കവിതയിൽ
വെയിലും പ്രണയമാണെന്ന് കണ്ടതോർത്ത്
'ലവ്' എന്ന് പേരാലോചിച്ചു.
ഏയ്, പ്രണയം കളയാൻ പറ്റുന്നതൊന്നല്ലെന്ന്
സ്വയം വിശ്വസിപ്പിച്ചു
ഒരു പേരിലെന്തിരിക്കുന്നു
എന്നു സമാധാനപ്പെട്ടു.

അരുവി മെലിഞ്ഞു മറഞ്ഞു,
പൂച്ച കൂടയ്ക്കുള്ളിലും.
സന്ധ്യയുടെ നീണ്ടനിഴൽ
ദൂരെദൂരെ ദൂരേയ്ക്ക്.

നന്നേ ഇരുട്ടി
വെറുംകയ്യോടെ വീട്ടിൽ.
വാതിൽക്കൽ ഭാര്യയും മക്കളും
പൂച്ചയെ കാണുന്നില്ലെന്നു
സങ്കടം.

പിറ്റന്നാൾ കാലത്ത്
മുറ്റത്തൊരാരവം.
കുട്ടികൾക്കാവേശം.
'അച്ഛാ രണ്ടു പൂച്ചക്കുട്ടികൾ'
മഞ്ഞയൊന്ന്, ഒന്ന് കറുപ്പും

കറുപ്പിനെന്തു പേരിടുമെന്നു ഞാനും..

•

3. ദുബായ് ബാഗിലെ ഉറുമ്പ്

താഴെ ഭൂമിയിപ്പോൾ
നീലിച്ചു മയങ്ങുന്ന പെണ്ണ്.
നേർത്തു നിലച്ച വായു.
അതിനുമുകളിൽ
നിരനിരയായി
ഐസ്ക്രീം മേഘങ്ങൾ
അവളുടെ പതുപതുത്ത സ്വപ്നങ്ങൾ.

മാസ്കിൽ
നീല നക്ഷത്രങ്ങളുള്ള
സുന്ദരി പകർന്ന
വീഞ്ഞ്
തണുത്തിറങ്ങിയപ്പോൾ
വിമാനം
സന്ധ്യക്ക്
വേമ്പനാട്ടു കായലിലെ
ബോട്ടുപോലെയൊഴുകി..

ബാഗിൽനിന്ന്
പുസ്തകമെടുത്തപ്പൊഴാണ്
കറുത്ത കുഞ്ഞൻ ചോനലുറുമ്പ്
പുറത്തു വന്നത്.
എന്റെ കൈവിരൽ പിടിച്ച്
വേഗത്തിലോടി
ആംറെസ്റ്റിലൂടെ
ജാലകച്ചില്ലിനു ചാരെ
ഇരുപ്പുറപ്പിച്ചു.

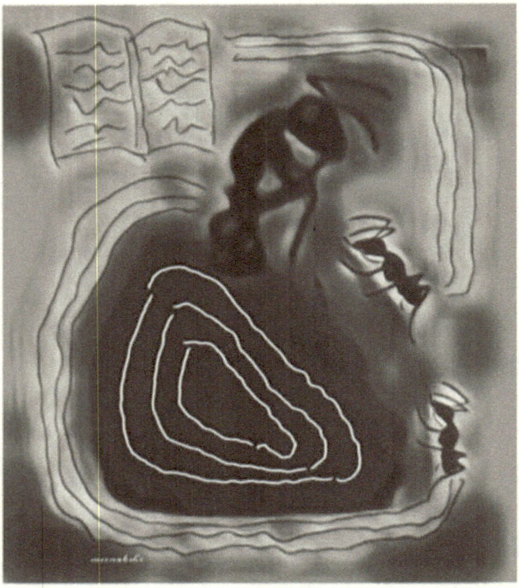

കഴിഞ്ഞ രണ്ടു ദിവസവും
കൂടെയുണ്ടായിരുന്നെന്ന്
ഉറുമ്പ്.
പത്തിരി, അച്ചാറ്, ഇടിച്ചക്ക, മുറിവെണ്ണ
പൊതിയിലെല്ലാം കയറി.
വെയ്റ്റ് കൂടി
എടുക്കാതെ പോകുമോന്ന്
ശങ്കിച്ചിരുന്നപ്പോളാണതാ പുസ്തകം!
കവിത
കളഞ്ഞിട്ടു പോകില്ലെന്നുറപ്പിച്ച്
ഉള്ളിൽ നുഴഞ്ഞതാണത്രെ.

(രാത്രിവായനയിലിന്നലെ
മഴപെയ്യാഞ്ഞിട്ടും
പുസ്തകം നനഞ്ഞതെങ്ങെനെയെന്നു
ഉറുമ്പിന് സംശയം)

അങ്ങു താഴെ
തന്നോളം പോന്ന
മരങ്ങളും പുഴകളും വീടുകളും
കൗതുകത്തോടെ കണ്ട്
എന്നെ നോക്കി
ഉറുമ്പ്
കണ്ണടച്ചു
ചെറിയൊരു സ്മൈലി.
താൽക്കാലികമായ പൊക്കത്തിന്റെ പ്രശ്നമാണ്
വലിപ്പം
എന്നെനിക്ക് പെട്ടെന്നു കത്തി.
ഒറ്റ ഫ്രെയ്മിൽ
കടലും കരയും ആകാശവും കണ്ട്
ഇങ്ങനെയുമൊരു ലോകമെന്ന്
അതിശയമായി ഉറുമ്പിന്.

വിമാനം നിലംതൊട്ടപ്പോൾ
ഇടയിലെപ്പോഴോ
ഉറങ്ങിപ്പോയ എന്നെ
കൈപിടിച്ചുണർത്തി
അത്
കവിതയിലേക്ക്
തിരികെ കയറിപ്പോയി.

•

4. വാടകച്ചെടി

ജോലിസ്ഥലത്ത്
വലിയൊരു
സ്റ്റീൽ തൊട്ടിയിൽ
മണ്ണുപോലെ
എന്തിലോ ഒന്നിൽ
കമ്പുനാട്ടി
കുത്തനെ പടർത്തിയ
വള്ളിച്ചെടി.

വരുന്നോർക്കും
പോകുന്നോർക്കും
ചെടി
നനുത്ത പച്ചയിൽ പൊതിഞ്ഞ
നിറഞ്ഞ ചിരികൊടുക്കും.
കരുത്തുറ്റ ഇലകൾ
കാറ്റില്ലെങ്കിലും
ചെറുതായി ആടും.
ചിലപ്പോഴൊക്കെ
അടുത്തൂടെ പോകുന്നവരെ
മെല്ലെ തൊടും.

ജോലിസ്ഥലത്തുള്ള ആരും
ചെടിയെ നോക്കുന്നതോ
അതിനു
വെള്ളമൊഴിക്കുന്നതോ
പഴുത്തുണങ്ങിവീണ ഇലകൾ
എടുത്തുമാറ്റുന്നതോ
ഇതുവരെ കണ്ടിട്ടില്ല.
തിരക്കിട്ടോടുന്നതിനിടയിൽ

അങ്ങനൊരു ചെടി
അവിടെയുണ്ടെന്നുപോലും
ആർക്കും തോന്നിയിരുന്നില്ല.

ഇനി
വെള്ളമൊഴിച്ചാലെങ്ങാനും
ഉണങ്ങിപ്പോകുന്നതോ മറ്റോ
ആണെന്ന് സംശയിച്ച്
ഞാനും ഒന്നിനും പോയില്ല.

താമസിച്ചിറങ്ങിയ
ഒരു വൈകുന്നേരമാണ്
അതുണ്ടായത്.
ഇലപ്പച്ചനിറത്തിലെ
വസ്ത്രങ്ങളണിഞ്ഞ ഒരാൾ
ചെടിയുടെയടുത്ത്.
ഇലകളെല്ലാം
ചിരിച്ച്, മെല്ലെയാടി
അയാളെ തൊട്ടു തൊട്ടങ്ങനെ..
കൈയിലുള്ള പാത്രത്തിൽ നിന്ന്
അയാൾ മെല്ലെ വെള്ളം പകരുന്നു.
വള്ളികൾ, ഇലകൾ, മണ്ണുപോലുള്ള ചുവട്
ഒക്കെ നനയുന്നു.

മെല്ലെയെന്തോ പറയുന്നുണ്ട്
അയാൾ.
ചെടി തിരികെയും.
കണ്ണിൽകണ്ണിൽ നോക്കിയാണ്
മിണ്ടൽ.
ചുവട്ടിലെ ചപ്പൊക്കെ
പെറുക്കിക്കളഞ്ഞ്
വാടിയ രണ്ടുമൂന്നിലകൾ

പതുക്കെ ഒടിച്ചു മാറ്റി,
കൈവീശി യാത്രപറഞ്ഞ്
പച്ചയുടുപ്പുകാരൻ
പോയി.
ചെടി
കണ്ണടച്ച്
മെല്ലെ
ആടിയാടി നിന്നു.

ഇറങ്ങുന്നവഴി
അന്നാദ്യമായി
ചെടിയോട്
ഞാൻ
ഹലോ പറഞ്ഞു.

•

*ഫ്ളാറ്റുകളിലും ഓഫീസുകളിലും മാസ/വർഷ വാടകയ്ക്ക് ചെടികൾ വെയ്ക്കുന്നത് വൻനഗരങ്ങളിൽ സാധാരണമാണ്. കൂടുതലും ഇൻഡോർ ചെടികൾ. ആഴ്ചയിലൊരിക്കൽ കമ്പനിയിൽനിന്നൊരാൾ വന്ന് നനച്ച്, വാടിയ ഇലകളൊക്കെ ഒഴിവാക്കി, ചെടിച്ചട്ടിയൊക്കെ വൃത്തിയാക്കും. വീടുകളിലും ഓഫീസുകളിലും ഉള്ളവർക്ക് ചെടികളുമായി യാതൊരു ആത്മബന്ധവും ഉണ്ടാകില്ല. വാടിക്കൊഴിയുകയോ മറ്റോ ചെയ്താൽ കമ്പനിക്കാർ കേടായതിനു പകരം പുതിയ ചെടി കൊണ്ടുവെയ്ക്കും.

5. റീവൈൻഡ് ഇല്ലാത്ത കാഴ്ചകൾ

ക്യാമറ ഇന്നലെ കേടായി.

എടുത്ത പടങ്ങളൊന്നും
കാണാനില്ല.
പിടിച്ച നേരത്ത്
എല്ലാം കണ്ടിരുന്നതാണ്
വെട്ടം കയറിയതുപോലെ
വെളുത്തിരിക്കുന്നിപ്പോൾ.

ഉറങ്ങുന്നതിനുമുൻപ്
ഒന്നൂടെ നോക്കി.
മാറ്റമൊന്നുമില്ല
വെളുത്തുതന്നെ.

ഇഷ്ടപ്പെട്ടെടുത്തത്
കുറെയുണ്ടായിരുന്നു.
ക്യാമറ ശരിയാക്കി
ഇനിയുമെടുക്കാമായിരിക്കും.

എന്നാലും
ഇമേജുകളൊക്കെ
കൃത്യമായി
പഴയതുപോലെതന്നെ കിട്ടുമോ..

അതേ ഇലകൾ
മരം എങ്ങനെയാണ് ഒന്നുകൂടി പൊഴിക്കുക..
സൈക്കിൾടയറോട്ടി
ചിരിച്ചുകൊണ്ടവൻ എന്നാണിനി വരുന്നത്..

അന്നു പെയ്ത മഴ
സമയം തെറ്റി പെയ്താലോ?
ഒട്ടിച്ചുവെച്ചപോലൊരു
നിലാച്ചീളു വരാൻ
മാസമൊന്നു വേണം.
അപ്പോളൊരു കാർമേഘമെങ്ങാനും
വഴിതെറ്റി വന്നുപെട്ടാൽ..
കടപ്പുറത്തു കാറ്റാടി വിൽക്കുന്ന ചേട്ടൻ
പെരുന്നാളിടങ്ങളിലേക്കു ചേക്കേറിയല്ലോ.

പുറത്തിപ്പോൾ നല്ലമഴ
ഇടിമിന്നലിന്റെ
തുടരെയുള്ള ഫ്ളാഷ്.
പല ക്യാമറകളിൽ
ദൃശ്യങ്ങളെടുത്താൽ
ഒന്ന് കേടായാൽ മറ്റൊന്നിൽ.

പക്ഷേ
എന്റെ കയ്യിൽ ഒന്നല്ലേയുള്ളു?
●

6. കാട്

ഒറ്റത്തവണയേ
കാട്ടിൽ പോയിട്ടുള്ളൂ.

വെളിച്ചമുള്ളൊരു പകൽ
റോഡിൽ നിന്നും
വീതികുറഞ്ഞ മൺവഴി,
പിന്നെപ്പിന്നെ
വഴിയില്ലാതെ മണ്ണും പുല്ലും.

തണൽവെട്ടത്തിൽ
തലങ്ങും വിലങ്ങും
ആയിരം പൂമ്പാറ്റകൾ
മഴവില്ലിന്റെ ഡ്രാഗൺ ഷോ.
ഒന്നുരണ്ടെണ്ണം
തലയിലും തോളിലും വന്നിരുന്ന്
എണ്ണമണം ഇഷ്ടപ്പെടാതെ
ചിറകടിച്ചു പോയി.
രണ്ടുമൂന്ന് അണ്ണാറക്കണ്ണന്മാരെ
തുരത്തിക്കൊണ്ട്
വണ്ടാരൻ കോഴിയൊന്നു
കൂവിക്കറുകിയോടി

ഇനിയുമുള്ളിൽ
പച്ചകമഴ്ന്ന ഇരുട്ട്.
മേലെ
വെയിലിറ്റുന്ന
ഇലപ്പന്തൽ.
കാട്ടുമണം മയക്കിയ
കാറ്റ്.

ഇല്ലിക്കൂട്ടത്തിന്റെ
കുഞ്ഞിക്കലകലപ്പ്.
മായപോലൊരു പേടമാന്റെ
പാളിവീണ നോട്ടം.

ജൈവികത്തുടർച്ചകൾ
കാറ്റിന്റെ ഡെസിബെൽ
മറികടക്കാതെ
അടുത്തും അകലെയും.

പാർക്കിൽ
ഫ്ളാറ്റിൽ
റോഡരികിലെ
ഒറ്റമരച്ചോട്ടിൽ
തൊട്ടും കേട്ടും
വാസനിച്ചുമങ്ങനെ
ഒരേയൊരുനിമിഷത്തിൽ
ഒരു കാടിപ്പൊഴും
നിറഞ്ഞു വരാറുണ്ട്.

•

7. ഡ്രൈവ്

ട്രാഫിക് വിളക്കിൽ
പച്ച കത്തിയതറിയാതെ
കിഴക്കൊരു സിഗ്നൽ
ഉദിച്ചുയരുന്നത്
പരിസരം മറന്ന്
നോക്കിയിരുന്നപ്പോഴാണ്
ആദ്യത്തെ പിഴ കിട്ടിയത്.

തലയിൽ ചുവന്നപൂവുള്ള
രണ്ടു പച്ചക്കിളികൾ
റോഡരികിലെ പുൽമേട്ടിൽ
ചാടിക്കളിച്ചപ്പോൾ
നടുറോഡിൽ വണ്ടിനിർത്തി
പടംപിടിച്ചതിനു കിട്ടി
അടുത്തത്.

എയർപോർട്ട് റോഡിലൂടെ
പോകാൻ പേടിയാണ്.
ടേക്കോഫും ലാൻഡിങ്ങും
നോക്കിനോക്കി
അഞ്ചാറുതവണ
മുന്നിലെ വണ്ടിയിൽ
കുത്തീ കുത്തീല്ലാന്ന്.

കോടമഞ്ഞിൽ ചുരമിറങ്ങുമ്പോൾ
സൈഡിലൊരമ്മേം കുഞ്ഞും
തണുത്തു വിറച്ച്..
വണ്ടിയൊതുക്കിയിറങ്ങി

കടലപ്പൊതിയൊന്നു നീട്ടി.
പൊതിവാങ്ങിപ്പല്ലിളിച്ച്
തള്ളയും കുഞ്ഞും
മരംചാടിമറഞ്ഞതും
'ധും ധും'
അരികൊതുങ്ങാത്ത വണ്ടി
കോടയിൽ
പിന്നിലെ ലോറിക്കാരൻ
എങ്ങനെ കാണാൻ..

വണ്ടി ഇന്നലെ പണിതുകിട്ടി.
വരുംവഴിയാകെ
വെള്ളിമരങ്ങൾ പൂത്തുനിൽക്കുന്ന
നീലവാനം.
ട്രാഫിക് ഇല്ലായിരുന്നേൽ
നല്ലൊരു പടം കിട്ടിയേനെ..

ഇപ്പണി എനിക്ക് പറഞ്ഞിട്ടുള്ളതല്ലെന്ന്
എപ്പഴും തോന്നുമെങ്കിലും
വണ്ടിയോടിച്ചോടിച്ചിങ്ങനെ പോകാൻ
ഇഷ്ടമൊട്ടും കുറയുന്നില്ലല്ലോ..

•

8. പേരില്ലാപ്പൂക്കൾ

പനിനീർചെമ്പകം റോസ് മുല്ല
സൂര്യകാന്തി തെച്ചി ജമന്തി
താമര ഡാലിയ ബൊഗേൻവില്ല
കാശിത്തുമ്പ രാജമല്ലി കൊന്ന..
വശ്യ സൗരഭ്യം
ദൃശ്യ ചാരുത
ചിലതിനതു രണ്ടും.
പേരും പടവുമുള്ള
തിരിച്ചറിയൽകാർഡ്
കയ്യിലുള്ളവ.
ഭൂമിയിലും ആകാശത്തും
അറിയപ്പെടുന്നവ.

മുഹൂർത്തങ്ങളും
ആരോഹണാവരോഹണങ്ങളുമില്ല
ഇവയിൽ ചിലതില്ലാതെ.
പേരുള്ളവരെപ്പൊലിപ്പിക്കുന്ന
പേരുകേട്ട നിറങ്ങൾ, ഗന്ധങ്ങൾ

അങ്ങുന്നുമിങ്ങുന്നും
കുടിയേറി വന്നവരുമുണ്ട്.
ബൊക്കെയിൽ മാലയിൽ
റീത്തുകളിലുമൊക്കെ
ഉത്സാഹ തുള്ളൽക്കാരായി.
തിരിച്ചറിയൽ കാർഡ്
അതുങ്ങൾക്കുമുടനെ..

പേരില്ലാപ്പൂക്കളുടെ
കടലുണ്ടു കാട്ടിൽ.
കാണാനിറങ്ങളാൽ സങ്കലനപ്പെട്ടവ

ഗൂഢവാസനകളാൽ വിശുദ്ധമായവ
വിടരാനും കാറ്റിലാടാനും
വാടാനും കൊഴിയാനും
അനുമതി വേണ്ടാത്തവ

തിരിച്ചറിയൽകാർഡില്ലാത്ത
സന്തോഷപ്പൂപ്പാടങ്ങൾ.
•

9. ഖലീലിത്തിറ

ശീഷയിൽ തിളതുള്ളി
മേഘമായ് ഡബിൾ ആപ്പിൾ
മജ്‌ലിസിൽ സുഖത്തോടെ
പതിഞ്ഞങ്ങിരിക്കുന്നു.

ഇരുട്ടിൻ പരപ്പാകെ
വെളിച്ചം ചുരത്തിക്കൊ
ണ്ടനങ്ങാതുറങ്ങാതെ
ഫനോസിൻ പെരുംകൂട്ടം

മുഴങ്ങും ദറബുക്ക;
ഖലീലിത്തുടിത്താളം
അറേബ്യൻ പുഴപ്പെണ്ണൊ
ന്നൊഴുകിത്തുടിക്കുന്നു

ഇടുപ്പിൽ തിളങ്ങുന്ന
പതക്കം തുടിക്കുന്നു
പിടയ്ക്കും നിലാപ്പൂക്കൾ
കുലുങ്ങിച്ചിരിക്കുന്നു

മജ്ദൂലിൻ മധുരത്തിൽ
ഖഹ്‌വതന്നിളം വെക്ക
തണുക്കും മരുഭൂവിൽ
പുതപ്പായ് രുചിക്കുന്നു

തലപ്പാവുലയ്ക്കാതെ
ചുവടൊന്നിടാറാതെ
ബെദൂയിൻ കരുത്തന്മാർ
പതുക്കെക്കളിക്കുന്നു

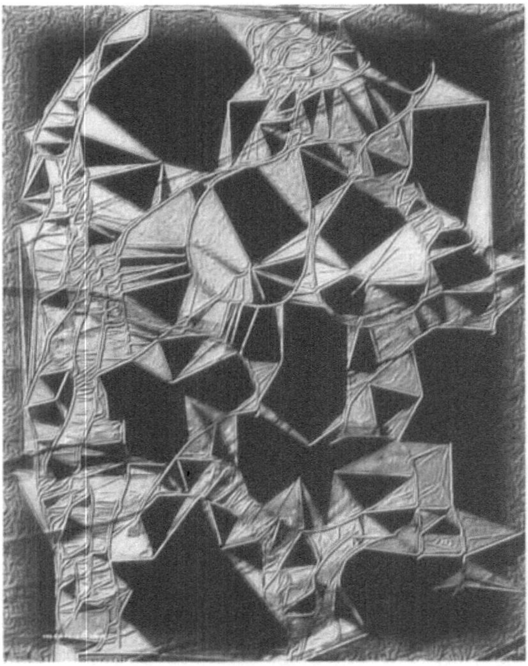

റബാബക്കരച്ചിൽ
കേട്ടിരുന്നു, ഇമപൂട്ടി
മണലിൽ മഴച്ചാറ്റൽ
പുതുക്കം മണക്കുന്നു

നിറച്ചും മരങ്ങൾ
നിന്നനങ്ങും തണൽതാണ്ടി
ചിലമ്പിൻ കിലുക്കത്തിൽ
തിറയൊന്നിറങ്ങുന്നു.

വയലും വരമ്പും
ചെമ്മണലും കുരുത്തോല
നിരയായ് കൊരുത്തിട്ട
വഴിയും കടക്കുന്നു

പതുക്കെ ഖലീലിപ്പാ
ട്ടൊഴുകി മറയുന്നു
തിറയും പുഴപ്പെണ്ണും
മണലിൽ നടക്കുന്നു

•

ഖലീലി സംഗീതം	- പാരമ്പര്യ എമറാത്തി സംഗീതം.
ശീഷ	- പുകവലിക്കുന്ന ഹുക്ക
ഡബിൾ ആപ്പിൾ	- പുകയിലയുടെ ഒരു ഫ്ളേവർ
മജ്‌ലിസ്	- അറബിക് പാരമ്പര്യ രീതിയിൽ അതിഥികളും മറ്റും സഭകൂടിയിരിക്കുന്ന സ്വകാര്യ സ്ഥലം. സംഗീത നൃത്ത പരിപാടികളും അറബിക് ഭക്ഷണങ്ങൾ വിളമ്പുന്ന വിരുന്നും മജ്‌ലിസുകളിൽ ഉണ്ടാകാറുണ്ട്.
ഫനോസ്	- അറേബ്യൻ റാന്തൽ വിളക്ക്
ദറബുക്ക	- ഈജിപ്ഷ്യൻ വാദ്യോപകരണം (ഡ്രം)
മജ്ദൂൽ	- വിലകൂടിയ ഈന്തപ്പഴം
ഖഹ്‌വ	- അറബി നാടുകളിൽ പ്രശസ്തമായ കാപ്പി
ബെദുയിൻ	- മരുഭൂമിയിലെ നാടോടികളായിരുന്ന പ്രാചീന അറബി ഗോത്രക്കാർ
റബാബ	- പുരാതന രീതിയിലുള്ള അറബിക് വയലിൻ

10. മേഘോത്സവം

നേരമേറെയുണ്ടായിരുന്ന
കാലമൊക്കെ കടന്നുപോയി.

എത്രമെല്ലെയാണ്
കടലിന്റെ മട്ടുപ്പാവിൽ
ഒത്തുകൂടിയിരുന്നത്..
ഉയരങ്ങളിൽ
ഉറങ്ങിയുമുണർന്നും
ഒഴുകിയൊഴുകി
അകലങ്ങളിലേക്കങ്ങനെ..
ഒടുക്കം
കാടിനും പുഴയ്ക്കും മേലെ
പതിയെ
ചാഞ്ഞുംചരിഞ്ഞും,
ചിലപ്പോൾ കുറച്ചുറച്ചും,
തൂവാനമടിച്ചും..

നേരമില്ലിപ്പോളൊന്നിനും.
കൂട്ടംകൂടുന്നത്
ഞങ്ങൾപോലുമറിയാതെ.
ഇടംവലം തിരിയാതെ,
കണ്ണിമവെട്ടും നേരം
നാടുകൾക്കുമേലെ
വീടുകൾക്കുമീതെ..

പെയ്തിറങ്ങാൻ സാവകാശമേ തരില്ല.
പൊട്ടിയങ്ങു വീഴണം.
ഉഗ്രവേഗത്തിലാകണം.

അപ്പോളങ്ങുതാഴെ
കണ്ണുകെട്ടിയ
പുഴകൾക്കും മലകൾക്കും
മണ്ണിനും മരത്തിനും
ഞങ്ങളുടെ മരണവേഗം.
ആടുമാടും വീടും നാടും
ചരിത്രത്തിലേറും വേഗം.

നിന്നനിൽപ്പിൽ നിങ്ങൾക്ക്
പൊട്ടിത്തെറിക്കാമെങ്കിൽ
ഞങ്ങൾക്കുമായിക്കൂടെ?

•

11. മഷിമണം

അവസാനമായി
കടലാസിൽ കവിതയെഴുതിയത്
എന്നാണ്..

ആദ്യത്തേതോർമ്മയുണ്ട്.
രാത്രിയിൽ
പേനയിൽനിന്നൊരു
സൂര്യൻ
മെറൂൺ നിറമുള്ള
ഡയറിക്കുള്ളിലേക്ക്
ഇഴുകിയിറങ്ങി.
പിന്നെ വെയിലായി, പൂവായി,
ആകാശം, കാറ്റ്..
രാത്രിയേറെയായിട്ടും
മുറിവിട്ടു പോകാതെ
വെയിൽ.

വൈജയന്തി എന്ന
ശ്രീലങ്കൻ പെൺകുട്ടി
അടുത്ത കവിതയിൽ
പേരറിയാത്ത തുറമുഖത്തിറങ്ങി
അമ്മയെത്തേടി നടന്നു.
വരുന്ന ബോട്ടിലൊക്കെ
ഒത്തിരിയമ്മമാർ.
അവളൊടുവിൽ
കൈപിടിച്ച്
ഏതോ ഒരമ്മയുമായി
തുറന്ന മീൻവണ്ടിയിൽ

നഗരത്തിലേക്കു പോയി.
കടപ്പുറത്ത്
അവളെയിഷ്ടപ്പെട്ട
കുഞ്ഞുപൂച്ച
മേലുരയ്ക്കാതെ..

ഇപ്പോൾ തെളിഞ്ഞുവരുന്നുണ്ട്.
അത് പ്രേമകവിതയായിരുന്നു.
പ്രോഫിറ്റ് ആൻഡ് ലോസ് ഷീറ്റിന്റെ
പിന്നാമ്പുറത്തെഴുതി
മേശപ്പുറത്തുവെച്ചു.
നനുത്ത പ്രണയംകണ്ട്
കുറച്ച് മഴത്തുള്ളികൾ
ഓടിറക്കങ്ങളിൽനിന്നുതിർന്നു വന്ന്
കടലാസിലിരുന്നു,
മഴമാറിയിട്ടും
മഷിമണത്തിലൊട്ടിയൊട്ടി..

എഫ്ബിയിൽ ലൈവായി
കുറുക്കന്റെ കല്യാണം.
മഴയും വെയിലും കൊള്ളാതെ
ഒത്തിരിപ്പേർ.
നോട്ട്പാഡിൽ
പാതിയെഴുതിയ കവിത സേവ്ചെയ്തു
ഞാനും കണ്ടങ്ങിരുന്നു..

•

12. വെള്ളക്കയും വെളുത്ത കാറും

ഒന്ന്

ഒരു വെള്ളക്കയിലായിരുന്നു
സ്കൂളിൽ പോയിരുന്നത്.
അരികിലൂടെ
നടത്തക്കാരുടെ കാലിൽപെടാതെ
തട്ടിത്തട്ടി
പിന്നേം തട്ടി
റോഡൊക്കെ
മൂന്നാലുതവണ മുറിച്ചുകടത്തി
സ്കൂൾ ഗേറ്റിന്റെ
സൈഡിലെ ചെറിയൊരിടവഴിയിൽ
പാർക്കുചെയ്യും.
ഊണുകഴിഞ്ഞു വന്നുനോക്കും,
കുരുത്തംകെട്ടവന്മാർ
അടിച്ചു മാറ്റിയോന്ന്.
വൈകിട്ട് തിരികെയെടുത്ത്
വീട്ടിലേക്ക്.
തിങ്കളാഴ്ച വീണ്ടും
പുതിയൊരെണ്ണം ഒപ്പിക്കും.
തോട്ടു വക്കിലെ വളവിൽ
സ്ഥിരമൊരു മൂത്രമൊഴിയുണ്ട്.
പോക്കും വരവുമൊക്കെ
ഇടയ്ക്കു
വർത്താനമൊക്കെപ്പറഞ്ഞാണുകേട്ടോ.
ഇങ്ങോട്ടൊന്നും പറയുകില്ലെങ്കിലും
പറഞ്ഞ മാത്രയിൽ
സ്കൂളെത്തിയതുപോലെ തോന്നും.

രണ്ട്

ഒമ്പതുമണിക്കോഫീസെത്താൻ
ഏഴുമണിക്കിറങ്ങണം.
പത്തുകിലോമീറ്റർ പോകാൻ
രണ്ടുമണിക്കൂറെങ്കിൽ
ഒരുകിലോമീറ്ററിനെത്ര മണിക്കൂർ
എന്നൊക്ക കണക്കുകൂട്ടി
തട്ടാതെ മുട്ടാതെ ഇഴയും.
ഇരുപതു ഡിഗ്രി അകക്കുളിരിൽ
എത്ര പെട്ടെന്നാണ് നാഭി സമ്പന്നമാകുന്നത് !
തോട് വളയുന്നുണ്ടോന്ന്
അറിയാതെ പുറത്തേക്കു നോക്കിപ്പോകും.
റേഡിയോ
വർത്താനം പറഞ്ഞുകൊണ്ടേയിരിക്കും.
എത്തേണ്ടിടമെത്തിയാലും
പെരുവഴിനിറഞ്ഞ്
ഇടമില്ലാതലയുന്ന വെളുത്ത കാർ.

തോടു വളയുന്നു.
ഇറങ്ങാനിടം നോക്കി
ഞാനും.

●

13. മ്യൂസിയം ഓഫ് ഇല്ല്യൂഷൻസ്

ഒരേവഴി
അതേ മരങ്ങൾ
പൂക്കൾ, കിളികൾ
സൈക്കിൾമേലെ കുട്ടി
അരികിലെപ്പാടം, പച്ചപ്പായൽപ്പരപ്പ്
നനുത്ത കാറ്റ്, മനസ്സിലൊറ്റപ്പാട്ട്
നരച്ചറോഡ്, വെയിലിൻ ജ്യോമെട്രി
റോഡുമുറിച്ചോടും പൂച്ച, ഞെട്ടുന്ന പെൺകുട്ടി
അടഞ്ഞ മാടക്കട, ബീഡിവലിക്കും വൃദ്ധൻ
തേയാത്ത ചെരിപ്പ്, കയ്യിലൊരേ ചോറുഡബ്ബ
അതേ ചെമ്പാവ്, അതേ മുളകു ചൂര

വിരൽഞൊടിയിൽ മാജിക്

പകലിനും രാത്രിക്കുമിടയിൽ
പൂക്കിരീടം ചൂടി
പറന്നുവരും കുതിരകൾ.
കൊടുങ്കാറ്റ്.
പെൺകുട്ടിയുടെ കയ്യിൽ കുറുകും പൂച്ച.
പാടിത്തകർക്കുന്ന ബ്ലാക്ടോപ് മോജോ
ആകാശത്ത് ഒരബ്സ്ട്രാക്റ്റ് മേഘം
പതുത്ത പച്ചയിൽ ഗോൾഫ്കോഴ്സ്
ക്യൂബൻസിഗാറിൻ പുകമറയിലൊരു കൗബോയ്.
വിശപ്പുമാറ്റിയ കൈപ്പിറീന്ന്യ*
തുറന്നുമലർന്ന ബീച്ച്, വെയിൽകായുന്ന ബുദ്ധൻ

രണ്ടു കാൻവാസുകളിൽ
പാതിവരച്ച ചിത്രങ്ങൾ
●

*കരിമ്പുനീരിൽ നാരങ്ങയും റമ്മും ചേർത്തുണ്ടാക്കുന്ന ബ്രസീലിയൻ കോക്ടെയ്ൽ

14. അലർജി

അങ്ങനെയിരിക്കെ
ഒരു തുമ്മലങ്ങു തുടങ്ങും.

ഒന്ന് ഒന്ന്
ഒന്ന് രണ്ട്
രണ്ട് നാല്
നാല് മൂന്ന്..

മൂക്കു ചുവന്ന്
കണ്ണുകൾ നിറഞ്ഞ്
മുഖം വക്രിച്ച്..

രക്തവും രക്തവും
രക്തവും രക്തവുമൊക്കെ
മാറിമാറി ടെസ്റ്റിനു പോയി

കാറ്റ്, പൂവ്, മഞ്ഞ്, വെയിൽ
പൊടി, വെള്ളം, ഉടുപ്പ്, പെർഫ്യൂം
ചോറ്, റാഗി , കപ്പ, മത്തി
പല്ലി , പാറ്റ, പ്രാവ്, കൊതുക്,
പാൽ, പത്രം, വാച്ച്, ഫോൺ
നിരപരാധികളുടെ ലിസ്റ്റ്

പിന്നെയാര്?

(ഓരോ തുമ്മലും
ഓരോ മരണമാണത്രെ..
ദി ലോസ്റ്റ് മൊമെന്റ്സ്
ഇൻ ലൈഫ്)

മടുത്ത ഡോക്ടർ
ഇടയ്ക്കു പോയി
ഒളിച്ചു തുമ്മുന്നു
രസത്തിൽ
ചിരിക്കുന്നു
കണ്ണുംമൂക്കും തുടച്ച്
ഗൗരവത്തിൽ
തിരികെവന്നു
സംസാരിക്കുന്നു.
'കാരണമറിയാതെ
പ്രതിവിധിയെങ്ങനെ?'

എനിക്കെന്നോടുതന്നെയാണോ
അലർജി..

തുമ്മിക്കോട്ടെ
ഒന്നും രണ്ടുമൊക്കെ.
വല്ലപ്പോഴും
മൂന്നാലെണ്ണം ഒന്നിച്ചും.
ഓരോ തുമ്മലും
ഓരോ ഓർഗാസമാണ്.

•

15. ഇട്ടാവട്ടം

പെട്ടെന്ന്
തീവ്രമായി തോന്നി
എല്ലാം വൃത്തത്തിലാക്കണമെന്ന്

ചതുരക്കടലാസുകളുടെ
നാലുമൂലകളും വെട്ടിയുരുട്ടി.
മേശയും കസേരയും വിറ്റ്
വൃത്താകാരത്തിൽ
പുതുക്കി.

സമചതുര ഫ്രെയ്മിലെ
പോയകാല നാട്ടുഭംഗി,
മുഖക്കണ്ണാടി,
ആറുവശങ്ങളിൽ തടിയൻപേന,
പഴയ കട്ടിക്കണ്ണട,
നരച്ച ഡയലുള്ള കറുത്ത ക്ലോക്ക്,
അലങ്കാര ലൈറ്റുകൾ
ഗ്രാമഫോണിന്റെ
നാലുമണിപ്പൂക്കോളാമ്പി..
ഒന്നൊന്നായി വൃത്തരൂപികളായി

ജനൽവാതിലുകളും
മുറികളും
മുറ്റവും
മാറ്റം കാത്തുകിടന്നു
വീടിനുമുകളിൽ
അരൂപിയായ വെയിൽ
അനുനിമിഷം പകർന്നാടി.

സ്കൂളിൽ പഠിപ്പിച്ച
തോമസ് മാഷൊരിക്കൽ
ചതുരക്കണ്ണടവെച്ച്
ഡെനിം ജീൻസിട്ട്
വീട്ടിൽ.
ചുറ്റിലും കണ്ണോടിച്ച്
വൃത്തബദ്ധമായ
ജംഗമങ്ങളിലുടക്കി
മാഷിനു തികട്ടി.

പുതുകാല മകരച്ചൂടിൽ
ഒച്ചയില്ലാ ഫാനിനു കീഴെ
വാവട്ടമുള്ള വെട്ടുഗ്ലാസ്സിലെ
കടുപ്പമുള്ള ചായയിറക്കി
മാഷുറക്കെ പറയുന്നു
'മാറ്റുവിൻ വട്ടങ്ങളെ.'

•

16. ആവറേജ് ലൈഫ്

ചമ്മന്തിപ്പൊടികൂട്ടി
പുട്ടുകഴിച്ച്
കാലിപ്പഞ്ചസാരക്കുപ്പിയുടെയോർമ്മയിൽ
കട്ടൻ കുടിച്ചു
വെയിലത്തു നിൽപ്പാണ്
ബസ്റ്റോപ്പിൽ.

കുടതുറക്കുന്ന ശീലം
മഴയത്തേയുള്ളൂ.

അവസാനമിരിക്കാമെന്നോർത്തുതീരുംമുൻപേ
സീറ്റുകൾ നിറഞ്ഞു
അമ്പതിന്റെ ബാക്കി ചില്ലറ
മനസ്സിലെഴുതിത്തള്ളി.
പാലമെത്തിയപ്പോൾ
വറ്റിയൊരു പുഴയെ
കുനിഞ്ഞുനോക്കി.
തിരക്കൊഴിയാതെ
ഒരു സ്റ്റോപ്പ് താണ്ടിയിറങ്ങി
തിരിച്ചുനടന്നു.

ഏറ്റീയെം ഔട്ട് ഓഫ് ഓർഡർ
മെഡിക്കൽസ്റ്റോർ അടഞ്ഞുകിടന്നു
സൂപ്പർമാർക്കറ്റിൽനിന്നും
പാരസെറ്റമോൾ വാങ്ങി.
കൂടെ
ഇഞ്ചി നാരങ്ങ മഞ്ഞൾപ്പൊടി

പാതിവഴിയിൽ
തിരികെപ്പോയി
മറന്ന കുടയെടുത്ത്
വീടുപിടിച്ചോരോട്ടോയിൽ.

ക്ഷീണം.

തിളച്ചവെള്ളത്തിൽ
കടുപ്പത്തിൽ തേയിലയിട്ട്
മുഴുനാരാങ്ങ പിഴിഞ്ഞൊഴിച്ച്
ഇഞ്ചിയാകെ ചതച്ചിട്ട്
നുള്ളുമഞ്ഞൾ കലക്കീട്ട്
മൊത്തിമൊത്തിക്കുടിച്ചു

കൂടെവിഴുങ്ങി
ഗുളികയും

ഇറയത്ത്
കുടയിരുന്നു മഴനനയുന്നു.
പനിയെക്കെട്ടിപ്പിടിച്ചു ഞാൻ
ഉടുമുണ്ടുപുതച്ചുറങ്ങുന്നു.

നാലുമണിച്ചായ്‌വെയിലിൽ
വെക്ക വിട്ട വയലിറമ്പിൽ
സുഖമീ നടത്തം.

•

17. കലണ്ടർ

ഹൃദയഭിത്തിയെ
ത്തുരക്കുമാണിയിൽ
ഇലയനക്കം പോൽ
ഇളകുന്നുണ്ട് നീ

പെരുമഴപ്പകൽ
മറന്ന മാനവും
വെളുത്ത രാത്രികൾ
വിശന്ന നിദ്രയും

മടുപ്പുകള്ളികൾ
ക്കകത്തെയക്കങ്ങൾ
ഡിസംബർച്ചൂടിലും
പുതച്ചുറങ്ങുന്നു

കറുപ്പും ചോപ്പുമായ്
കുതിരരൂപികൾ
ഇഴയും വേഗത്തിൽ
തിരികെ നീന്തുന്നു

കളങ്ങളൊക്കെയും
മുറിഞ്ഞും പൊള്ളിയും
ചുവന്ന നീരിനാൽ
നിറഞ്ഞു തൂവുന്നു

വെടിച്ചുകീറിയ
ചതുരങ്ങൾ പല
തടർത്തി മാറ്റുന്നു
ദിനങ്ങളങ്ങനെ

ഇടയ്ക്കൊരു കളം
കരച്ചിൽക്കായലിൽ
ഒഴുകും കുട്ടിയെ
ക്രിയയ്ക്കൊരുക്കുന്നു

ഒലി മുഴങ്ങുന്നുണ്ട
ടുത്തും ദൂരെയും
സകല ദൈവവും
കുളിച്ചുതോർത്തുന്നു

പുതു കലണ്ടറിൻ
വരവും കാത്തുകൊ
ണ്ടെരണ്ടപ്പക്ഷികൾ
കരയ്ക്കിരിക്കുന്നു

•

18. അമ്മപ്പുല്ല്

പടമെടുക്കാനാണ്
പുൽക്കൊടിയുടെ പൂക്കുല
പൊട്ടിച്ചത്.
തൊട്ടടുത്ത് നിന്ന
പർപ്പിൾ പൂവിനെ
പിന്നിൽ ബ്ലർ ആക്കി
ഓരോ നാരും
തെളിഞ്ഞു കാണും വിധം
തെളിച്ചമുള്ള പടമെടുത്തു.
പൊട്ടിച്ച ചെറുപൂക്കുല
വഴിക്കെവിടെയോ
വലിച്ചെറിഞ്ഞു.

പടം നന്നായെന്ന് തോന്നി.
നിറങ്ങളൊക്കെ
കെട്ടിപ്പുണർന്നു കിടക്കുന്നു.
ഇഷ്ടത്തോടൊരു
കവിതയെഴുതിയ
സന്തോഷം.

ഫോണിന്റെ
വാൾപേപ്പറാക്കി.
ആവുന്നിടത്തൊക്കെ
പടം പോസ്റ്റു ചെയ്തു,
ലൈക്കുകളും ഷെയറുകളും
തുലാവർഷത്തുള്ളികൾപോലെ.

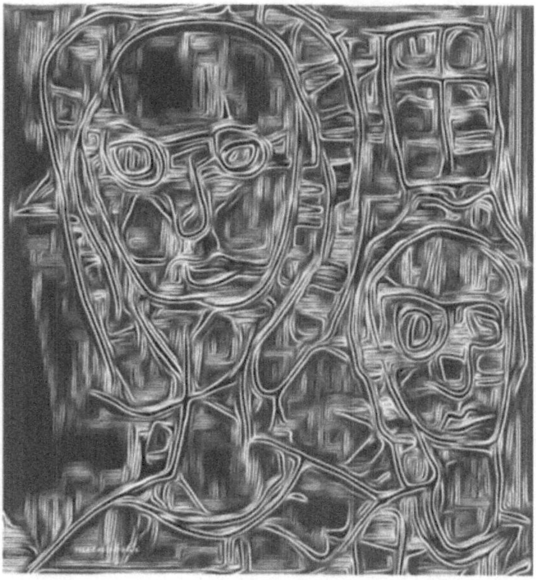

രാത്രിയിൽ
തോർച്ചയിലെപ്പോഴോ
ഞെട്ടിയുണർന്ന
സ്വപ്നത്തിൽ
കുഞ്ഞിനെത്തിരഞ്ഞൊരമ്മ
ഒറ്റയ്ക്കൊരു വഴിയിലൂടെ
ഓടിപ്പോകുന്നതു കണ്ടു.

•

19. തിരുത്ത്

പോയരാത്രി എഴുതിമിനുക്കിയ കവിത
പ്രഭാത നടത്തത്തിനിടയിൽ
കൂട്ടുകാരനെ
കേൾപ്പിക്കാമെന്നു കരുതി.

പാലത്തിനു മേലെനിന്നു
തോട്ടിലേക്ക് ചൂണ്ടയിടുന്നവനും
ജലപ്പരപ്പിനടിയിൽ
ഇരയ്ക്കു നേരെ പാഞ്ഞുവന്ന്
കരതൊടാൻ പോകുന്ന
ആറേഴു മീനുകളും
തമ്മിലുള്ള
ആകസ്മികമായ കണ്ടുമുട്ടലിൽ
തുടങ്ങി.

ഇന്നലെയുമെന്റെ മുതലാളി
കണക്കില്ലാതെ ചീത്തവിളിച്ചെന്ന്
ഇടയ്ക്കു കയറി നൻപൻ.
മീനുകൾ പെട്ടെന്ന് നിശ്ചലരായി;
വായചിമ്മാതെ, ചെകിളയിളക്കാതെ
വെള്ളമനക്കാതെ നിന്നു.
കൊളുത്തിനു പുറത്തുള്ള വാലിളക്കൽ
തല്ക്കാലം നിർത്തി
മണ്ണിരയും.

വേറെ ജോലിനോക്കിക്കൂടെ,
സ്വന്തമായി കൃഷിപ്പണി ചെയ്തുകൂടെ,

കോഴിഫാം തുടങ്ങിക്കൂടെ
എന്നുള്ള എന്റെ ക്ലിഷേ
ചോദ്യങ്ങളെ
'എന്നിട്ടു മീൻ കൊത്തിയോ' എന്ന്
അവൻ പെട്ടെന്ന്
സീനിലേക്കു കൊണ്ടുവന്നു.

ചൂണ്ടക്കാരൻ
മണ്ണിരയെ ഉയർത്തിയെടുത്ത്
ചൂണ്ടമുന
പുറത്തു കാണുന്നില്ലെന്നുറപ്പിച്ച്
വീണ്ടുമെറിഞ്ഞു.
നൂൽനടുവിലെ മരപ്പൊങ്ങ്
പായലുകൾക്കിടയിലെ
കുഞ്ഞുവട്ടത്തിൽ
ആകാശംനോക്കി മലർന്നുകിടന്നു.

മീനുകൾ വീണ്ടും ചെകിളയനക്കി.
ഞുളക്കുന്ന മണ്ണിരവാലിന്റെയറ്റത്ത്
മുന്നിലെത്തിയ മീൻ
കൊത്തിത്തുടങ്ങിയപ്പോൾ
കൂട്ടുകാരന്റെ മൊബൈലടിച്ചു.
തിരികെനടത്തത്തിൽ വാങ്ങേണ്ട
ഇറച്ചി, പച്ചക്കറി, പാൽ..
ലിസ്റ്റ് നീണ്ടു പോയപ്പോൾ
ചൂണ്ടക്കാരന് വിശന്നു.

ഏറിയാൽ പത്തുമിനിട്ടുകൂടെന്നു
മനസ്സിൽ പറഞ്ഞ്
ഒന്നൂടെറിയാൻ തുടങ്ങിയപ്പോൾ

നടത്തം കഴിയുന്നതിനു മുൻപ്
കവിത തീരുമോന്ന്
കൂട്ടുകാരൻ.

ചൂണ്ടക്കാരനെ മാറ്റി
കൂട്ടുകാരനെ തോട്ടിൻകരയിൽ നിർത്തി
ഞാൻ തിരികെ നടന്നു.

•

20. മരംവെട്ട്

രണ്ടുപേരവർ
മരംമുറിക്കാനെത്തിയോർ.
മഴു, മുഴുത്ത കയറ്, വാക്കത്തി
ഈർച്ചവാൾ.

വന്നതും അർഥം വെച്ച്
മരത്തിനെ,
ശേഷം തമ്മിൽ, നോക്കിയൊരു
ചിരി.

മരമൊട്ടിനിന്നു
മേൽപ്പോട്ട്,
മാറിനിന്നു
ചുറ്റുപാട്
ഒക്കെ നോക്കി
കണക്കുകൂട്ടലുകൾ..

മരമൊന്നും അറിഞ്ഞില്ല ?
കാറ്റിലിലകൾ,
ഊഞ്ഞാൽക്കൊമ്പുകൾ,
അവിടവിടെ പൂക്കൾ
കൊഴിയാറായ കായ്ക്കൾ..
എല്ലാം തീർത്തും സാധാരണം.

ബീഡിവലി കഴിഞ്ഞ്
മുണ്ടുമാറ്റി
അറ്റംകൂടാത്ത തോർത്തുടുത്ത്
തടിക്കഷണമൊന്നിൽ മണലുവിതറി

മഴുവും വാക്കത്തിയും തിളക്കി
തള്ളവിരൽ മൂർച്ചയുറപ്പിച്ചു.

നിന്നപടി ഒരുവൻ മുകളിലെത്തുന്നു
ഊഞ്ഞാലുമിലകളും
ശടപടാ
നിലംപൊത്തുന്നു
ചിതറിയപൂക്കളെടുത്ത്
കാറ്റ് നാടുവിടുന്നു.

അഞ്ചാൾ പൊക്കത്തിലിപ്പോൾ
തായ്ത്തടി;
ഊഞ്ഞാലും കാറ്റുമില്ലാതെ
കുലുക്കമില്ലാതെ.

മാറത്ത്
ആഞ്ഞാഞ്ഞ് വീണിട്ടും
തൊലിപ്പുറം മാത്രം പോറി
തെറിക്കുന്ന മഴു.
വിയർക്കുന്തോറും വെറിയേറി
വെട്ടുകാർ
മടുത്തു മടുക്കുന്നു.

'മഴുവൊന്നും ഏക്കാത്ത ജാത്യാ
ഇന്നിനി മതി'
യന്ത്രവാളുമായ് നാളെ വരാനായി
അവർ പോയി

അഞ്ചാൾ പൊക്കത്തിൽനിന്നും
ചുവന്ന സന്ധ്യ
ഉരുകിയൊലിച്ച്

നെഞ്ചിലെ
മുറിവുകളിലുറയുന്നു.

ജനലിലൂടതു നോക്കി
തെക്കേമുറിയിൽ അമ്മൂമ്മ
പേരക്കുട്ടിയുടെ
നോട്ടുപുസ്തകത്തിൽ
ഓർമ്മയിൽനിന്നൊരു
മരത്തെ നടുന്നു.

•

21. പിൻവിളി

ഇടയ്ക്കിടെ യാത്രപോകുന്ന
ഒരിടമുണ്ട്
കുറേദൂരം
മലകളും വളവുകളുമൊക്കെ കടന്ന്
വണ്ടിയോടിച്ചു പോകണം.
ചെറിയൊരു ഗ്രാമം.
ഏറിയാൽ നൂറിനടുത്തു
വീടുകൾ.
നിരന്ന പുൽമേടുണ്ടവിടെ,
മരങ്ങളും
ഇരിക്കാൻ ബെഞ്ചുകളുമൊക്കെയായി.
ഉള്ളുതണുപ്പിക്കുമിടം.
താഴെ നീണ്ടുവളഞ്ഞു റോഡുകൾ
ദൂരെ നിറനിറങ്ങളിൽ മലകൾ
പുൽമേടിന്റെയൊരുവശത്ത്
നിറയെ വള്ളിച്ചെടികൾ
അതിലാകെ കാണാദൂരത്തോളം
വയലറ്റ് കോളാമ്പിപ്പൂക്കൾ.
ഒന്നുരണ്ടു വള്ളികൾ പൊട്ടിച്ചു
കൊണ്ടുവന്നൊരോർമ്മ..

പതിനേഴാം നിലയിലെ
ഫ്ളാറ്റ് പൂട്ടിയിറങ്ങുമ്പോൾ
പിന്നിൽനിന്നാരോ
വിളിക്കുന്നു..
അങ്ങോട്ടിറങ്ങുമ്പോൾ
ഓരോതവണയും തോന്നുമെങ്ങനെ.
കൂടെയുള്ളവരുടെ
കളിയാക്കൽ ഭയന്ന്
ഇക്കാര്യം പറഞ്ഞിട്ടേയില്ല.

ജിജ്ഞാസ
ആകാശം തൊട്ടൊരു ദിവസം
അതിരാവിലെ
ശബ്ദമുണ്ടാക്കാതെയെഴുന്നേറ്റ്
ആയിടത്തേയ്ക്ക് പോകാനൊരുങ്ങി.
ഒച്ചയില്ലാതെ വാതിലടക്കുമ്പോൾ
കേൾക്കുന്നു പിൻവിളി..
'കൂട്ടുമോ ഞങ്ങളെയും കൂടെ?'

വാതിൽ തുറന്നു
തിരികെയകത്തുകയറി
സുഖനിദ്രയിൽത്തന്നെ;
കുട്ടികൾ, ഭാര്യയും.
പാതിനീങ്ങിയ കർട്ടനപ്പുറം
ബാൽക്കണിയിലനക്കം
കാറ്റിന്റെ കൈപിടിച്ചാടുന്ന വള്ളിയും
നാലഞ്ചു വയലറ്റ് പൂവുകളും.

•

22. ഡ്വോമോ ഡി മിലാനോ

ഏഴുഡിഗ്രി തണുപ്പിൽ
വെയിൽ വിളറിയ
മിലാൻ നഗരം.

ചിറകുവിരിച്ചെഴുന്നുനിൽക്കും
ഫാൽക്കണിൻ രൂപം
കത്തീഡ്രലിന്.
ആകാശത്തിലേയ്ക്കായുന്ന
ക്യാൻഡൊലീയൻ മാർബിളുകളിൽ
ഇനിയില്ല രാത്രിയെന്ന്
കൂടിക്കിടക്കുന്ന
വെൺപകലും
അരുണസന്ധ്യയും.

നഗരം ചുറ്റിക്കാണിക്കാൻ
വഴികാട്ടിയായി കൂടിയതാണ്.
അരദിവസത്തേയ്ക്ക്
അമ്പതു യൂറോ അത്രവലിയ
തുകയേയല്ലെന്നവൾ.

ദേവാലയ ഭിത്തികളിൽ
മനുഷ്യരായും അല്ലാതെയും
നാലായിരം ചരിത്രരൂപങ്ങൾ
ജീവിതത്തിലേതോ നിമിഷത്തിൽ
ഒന്നിച്ചുറഞ്ഞതുപോലെ.
മീതേയ്ക്കുമീതെ
ആറുനൂറ്റാണ്ടുകൾക്കപ്പുറത്തുനിന്നും
പുറപ്പെട്ടൊരു കപ്പലിലേയ്ക്ക് കണ്ണുകളയച്ച്

നിസ്സംഗയായി
മഡോന്നീനാ മേരി.
ശിരസ്സുചുറ്റിയുള്ള
ദിവ്യവലയത്തിലെ
സ്വർണ്ണ നക്ഷത്രങ്ങൾ
മഞ്ഞുകിനിഞ്ഞുനിന്നു

ഗോഥിക്കിന്റെ സൗന്ദര്യശാസ്ത്രം
ഭരണമാറ്റങ്ങളുടെ രാഷ്ട്രീയം
തൊഴിലാളികളുടെ പ്രേമകഥകൾ
രണ്ടാം ലോകയുദ്ധം
മാർബിളുകൾ ഒഴുക്കിക്കൊണ്ടുവരാൻ
ചാലുവെട്ടിയ കനാലുകൾ
പഞ്ഞ വർഷങ്ങൾ..
അരനാളിൽ
അറുനൂറുകൊല്ലത്തിന്റെ
നിർമ്മിതികഥ പറഞ്ഞവൾ.

ബസലിക്കയ്ക്കുപുറത്ത്
ട്രാം മുറിച്ചുപോകുന്ന
മിലാൻ തെരുവുകളിൽ
സംഗീതമായ് തുടിക്കുന്നു
ജീവിത നൈരന്തര്യം.
അതിന്റെ വക്കിലിരുന്നു
തണുത്തൊരു ബിയർ മോന്തി
ഞാനുമവളും.
ഇപ്പോളവളുടെ കണ്ണുകളിൽ
നൂറ്റാണ്ടുകൾക്കപ്പുറത്തുനിന്നുമൊരു
കപ്പലിന്റെ കടലോളങ്ങൾ.

ചാപ്പലിനുവെളിയിലെ
ടെറാക്കോട്ടത്തറയിൽ
ഒരുനൂറു പ്രാവുകൾ.
ഒറ്റനിമിഷനൊടിയിൽ
വിടപറഞ്ഞകലുന്ന അവളും
തിരികെ കൈവീശും ഞാനും
ചേക്കേറാൻ ചിറകടിച്ച പ്രാവുകളും
ഒരേദൃശ്യത്തിൽ ഉറഞ്ഞുയർന്ന്
കത്തീഡ്രൽ ഭിത്തിയിൽ..

ഉയർച്ചയിലങ്ങ്
കണ്ണിമവെട്ടാതെ
മഡോന്നീനാ മേരി.

•

ഡ്വോമോ ഡി മിലാനോ (Duomo di Milano) ഇറ്റലിയിലെ മിലാൻ നഗരത്തിലുള്ള കത്തീഡ്രൽ. വലിപ്പത്തിൽ ലോകത്തിലെ രണ്ടാമത്തേത്. പതിമൂന്നാം നൂറ്റാണ്ടിൽ തുടങ്ങിയ നിർമ്മിതി അവസാനിച്ചത് ആറു നൂറ്റാണ്ടിനുശേഷം 1965ൽ. ക്യാൻഡൊലീയൻ (Candoglia) മലകളിൽനിന്നും ജലമാർഗ്ഗം കൊണ്ടുവന്ന വെള്ളയും പിങ്കും ഇടകലർന്ന പ്രത്യേകതരം മാർബിളാണ് നിർമ്മിതിക്ക് ഉപയോഗിച്ചിരിക്കുന്നത്. ദേവാലയത്തിന്റെ ഏറ്റവും ഉയരമുള്ള ഭാഗത്ത് 'മഡോന്നീനാ മേരി' (കന്യാമറിയം) യുടെ സുവർണ്ണ രൂപം സ്ഥാപിച്ചിരിക്കുന്നു.

നോവൊഴിയാതെ

1. ഓഫ്‌ലൈൻ

ഇന്നു മരിച്ച
അടുപ്പമുള്ളൊരാളുടെ
അവസാനമയച്ച
വാട്ട്സാപ്പ് മെസ്സേജ്
നോക്കിയിരിക്കുകയായിരുന്നു.

മകളുടെ കല്യാണമാണ്
അപ്പോൾ നാട്ടിലുണ്ടെങ്കിൽ
എന്തായാലും വരണം
എന്ന് സ്നേഹം.

മറുപടി തംസ്അപ്പിന്റെ
അരികിൽ രണ്ടു നീല വരകൾ.
ജീവിച്ചിരിക്കുന്നെന്നറിയിച്ച
അവസാനത്തെ അടയാളം.

മുകളിലെ പേരിനു താഴെ
ഇനിയൊരിക്കലും
സൂര്യനുദിക്കാത്ത
ഇരുണ്ടൊരു കാട്.

•

2. നീലനിറം മാത്രമുള്ള മഴവില്ല്

മലയാളം ക്ലാസ്സ്.
'നിറന്ന പീലികൾ
നിരക്കവേ കുത്തി'
ഭംഗിയിലീണത്തിൽ
ചൊല്ലി
ഒരറ്റത്ത് നിന്നും
അങ്ങേത്തലക്കലേയ്ക്ക്
മാഷ് മെല്ലെ നടക്കും.
തൂവെള്ള പോളിസ്റ്റർ ഷർട്ടും
കോട്ടൺ മുണ്ടും.
കണ്ണട
മൂക്കിലിറക്കിവെച്ച്
പുസ്തകമൊന്നു മടക്കിപ്പിടിച്ച്
ഒരിക്കൽപോലും
അതിലേക്കു നോക്കാതെ...

ഏറിയും കുറഞ്ഞും
പദ്യമൊഴുകും.
പതിന്നാലുവയസ്സുകാർ
കേട്ടിരിക്കും.
മിക്കവർക്കും മലയാളം മടുപ്പ്.
മടുപ്പിലും ബെഞ്ചിലും മുൻപൻ ഞാൻ.
മാഷിന്റെ മുഖത്തു കണ്ണുടക്കിവെച്ച്
മനസ്സിലിത്തിരി
കുരുത്തക്കേടൊളിപ്പിക്കും.

'ബെറ്റുവെക്കുന്നോ'ന്ന് മെല്ലെ
വലതുവശത്തിരിക്കുന്നവൻ.
കാര്യമറിഞ്ഞപ്പോൾ ഇല്ലെന്നു ഞാൻ.
'അല്ലേലും നീയൊക്കെ വെറും..'
പൂരിപ്പിക്കാതെ പുച്ഛിച്ചു, അവൻ.

'വിയർപ്പുതുള്ളികൾ പൊടിഞ്ഞ നാസിക
സുമന്ദഹാസവുമധരശോഭയും'
എന്ന് മാഷ് മുന്നോട്ടു നടക്കുന്നു
ഒറ്റനിമിഷത്തെ
ആവേശക്കുത്തൊഴുക്കിൽ
ജൂബിലിപ്പേനയൊന്നു
തുറക്കുന്നു.
വെള്ളിമേഘങ്ങളിൽ
നീലനിറം മാത്രമുള്ളൊരു
മഴവില്ലു വിടരുന്നു.

നടുക്കത്തിൽ വെട്ടിത്തിരിഞ്ഞു മാഷ്.
നവരസങ്ങളിൽ രണ്ടുമാത്രം മുഖത്ത്.
മരവിച്ചിരിക്കുന്നു ക്ളാസ്സ്.

വാക്കിൽ ശാപവും
നോക്കിൽ മോക്ഷവും തന്ന്
മാഷിറങ്ങിപ്പോയി.
ശേഷം
വെയിലോളങ്ങളിൽ
സൈക്കിളോടിച്ചൊരു
വയോധികൻ
അകന്നകന്നങ്ങനെ..

ഓളങ്ങൾക്കിപ്പുറം
വെള്ളയുടുപ്പുകൾ
ധരിക്കുമ്പോളൊക്കെയും
നടുപ്പുറത്തെ മാംസംപിളർന്ന്
പടർന്നിറ്റും നീലരക്തം..

•

3. ജോസൂട്ടി

ഏഴിൽ പഠിക്കുമ്പോൾ
മൈലാഞ്ചി വരികൾക്കിരുപുറം
ഞെരിഞ്ഞിലും ഊർപ്പനും
വെട്ടിത്തെളിക്കുമ്പോളാണ്
ഒരു പോത്തിൻകുഞ്ഞ്
കരിഓായിലിടിച്ച
തട്ടിവാതിൽ കടന്ന്
റോഡിൽനിന്നും
മുറ്റത്തേക്ക് കയറിയത്.

കറുപ്പുറയ്ക്കാ നിറം
കയറില്ലാക്കഴുത്ത്
കാലിലുടക്കിയ പോച്ച.

ഉദിമരത്തിന്റെ
ഇലക്കൊമ്പൊടിച്ചു നീട്ടലും
മെല്ലെ വന്നു തിന്ന്
കാലിൽ മൂക്കുരച്ചു നിന്നു.
തണലത്തുകിടന്നയവെട്ടി
കണ്ണുചിമ്മുന്ന സ്നേഹം.

അപ്രത്തെ വീട്ടിലെ അമ്മുമ്മ
'ആരാ കുട്ടികളെ അവിടെ'ന്ന് ..
'പോത്തുകുട്ടിയാ'ന്നു ഞങ്ങൾ.
'ജോസൂട്ടിയോ' എന്നമ്മൂമ്മ.
പൊട്ടിച്ചിരിക്കുമിളകൾ
പൊട്ടിയൊരായിരം.

റോഡരികിലെ
പെരുമരനിഴൽ
മൈലാഞ്ചിപ്പൂക്കളിൽ പതിയുംനേരം
ജോസൂട്ടിയെത്തും.
ഒപ്പം കളിച്ച്, ഇലകളുണ്ടുണ്ട്
തണൽപറ്റിക്കിടക്കും
കൊതുകുണരും സന്ധ്യകളിൽ
റോഡിലേക്കിറങ്ങിപ്പോകും.

കളിച്ചുകളിച്ചങ്ങനൊരുനാൾ
പെരുന്നാൾപിറ മാനത്ത്.
വീടാകെത്തിരക്ക്..
പുത്തനുടുപ്പ്, പത്തിരിയിറച്ചി
ബീച്ചിൽപ്പോക്ക്, പാട്ടുമേളം..

ഇറച്ചിക്കറി മണം മാറീട്ടും
പെരുമരവും മൈലാഞ്ചിപ്പൂവും
നിഴലൊത്തിരി വീഴ്ത്തീട്ടും
നിലാവു കനത്തിട്ടും
ജോസൂട്ടി വന്നില്ല..

ഉദിമരക്കൊമ്പിലിപ്പോൾ
നിറച്ചുമിലകൾ.

•

4. അബ്രഹാമിന്റെ മകൻ

ഒന്ന്

പുസ്തകക്കെട്ടുമേലെ
ചോറുഡബ്ബ.
രണ്ടും ചേർത്തുനിർത്തി
കറുത്ത റബ്ബറിട്ട്
തോളിൽ.
തുണിയിൽ നിന്നും തെന്നി
മൂന്നു കമ്പികൾ തുറിക്കും കുട.
മങ്ങിയ വെള്ളയുടുപ്പും
നരച്ചുനനുത്ത കറുപ്പ് നിക്കറും.
അവൻ നടന്നുവന്നപ്പോൾ
മുതുക്കൻ മഴത്തുള്ളികൾ..

ഒറ്റനാളിൽ കൂട്ട്.
പറയാനൊത്തിരി..
പച്ചക്കുളത്തിലെ വരാൽ,
രഞ്ജൻ എന്ന വളർത്തുനായ,
ലെയ്‌ലാൻഡ് ഫാസ്റ്റിന്റെ
ഹുങ്കാര ശബ്ദം..

പിന്നത്തെയാഴ്ച
അവന്റെ വെടിപ്പുള്ള വാടകവീട്.
രണ്ടുമുറി അടുക്കള.
മതിലുകളിൽ മങ്ങിയ മഞ്ഞ
ബ്ലാക്ക് ആൻഡ് വൈറ്റിൽ
കട്ടിക്കണ്ണടവെച്ച അച്ഛൻ
ഓറഞ്ചുബൾബിനുമേലെ കൊന്ത.

രണ്ട്

അമ്മക്ക് മക്കളഞ്ച്.
എടുത്ത കരാറെല്ലാം
കരയ്ക്കടുക്കാത്തവൻ
മൂത്തവൻ.
അടുത്തവൻ
പണമെറിഞ്ഞാടുതനും ക്ലാവറുമായി
പാതിരാത്രിവരുന്നവൻ.
ജെസ്സിയെന്ന നിലാവിനു ചുറ്റും
നട്ടുച്ചക്കുമിടംവലംവെച്ച്
കത്തനാരായവൻ മൂന്നാമൻ.

അഞ്ചാമനവൻ.
അച്ചാറും കഞ്ഞിയും കൂട്ടിമടുത്ത്

ചോറും മീനും തിന്നാൻ
പതിനെട്ടിൽ
വളയംപിടിക്കാനിറങ്ങിയോൻ.

(പെങ്ങളൊരുത്തിയെ മറന്നതല്ല)
നാലാമത്തവൾ
പള്ളിമണിയൊച്ചക്കുമേലെ
ദൈവനാമം കൂകിപ്പാഞ്ഞ തീവണ്ടിക്കിരുപുറം
പൂത്തുപടർന്ന ചെമ്പരത്തി..

മൂന്ന്

മട്ടന്നൂരുമിരിട്ടിയിലും
ശ്ലീഹാപ്പാട്ടുകളുടെ കാസെറ്റ് കച്ചോടം,
കുമിളിക്കും രാജകുമാരിക്കും
ഇടയ്ക്കിടെ ട്രിപ്പ്.
മാസത്തിലൊരിക്കൽ അമ്മവെച്ച ചോറും മീനും.
ഉണ്ടുറങ്ങുന്ന ചേട്ടന്മാരുടെ
അവതാളത്തിലെ കൂർക്കംവലി കവച്ചുവെച്ച്
പലതവണ പടിയിറക്കം..

'നീയിങ്ങനെയലയണ്ടാ'ന്നു ഫോണിൽ
പേരപ്പന്റെ മോൻ.
'ദുബായിൽ കമ്പനി അക്കോമഡേഷൻ,
കേറിപ്പോരെ'ന്നുള്ള വിളിയിൽ
അച്ചാറുകുപ്പിയും അമ്മയുടെ ചിരിയുമെടുത്തു
കടൽതാണ്ടിപ്പോയവൻ.

നാല്

മരുഭൂമി തണുത്തൊരുനാൾ
മുറിയിൽ വന്നവൻ
മൂന്നെണ്ണമടിച്ച്

സ്ലീഹാപ്പാട്ടൊന്നിൽ
'ആളും മേളവും പോയ് മറഞ്ഞു
പിന്നെ നീയും കുളിരുമെന്നെ കാത്തിരുന്നെ'ന്നു ചേർത്ത്
പിന്നേം രണ്ടെണ്ണമടിച്ച്
കുരിശുവരച്ചു കിടന്നു.
വരാൽക്കുളത്തിൽ കാലുമിട്ട്
രഞ്ജനോട് മിണ്ടീംപറഞ്ഞിരുന്ന്
എനിക്കുറക്കം മുറിഞ്ഞു.

'ദുബായിലെ വെള്ളത്തിൽ
തലമുടി വാഴുകേലെ'ന്ന് തലതോർത്തിയുടുപ്പുമിട്ട്
ചായയിൽ പൈൻ സിഗററ്റൊന്നു തീർത്ത്
അമ്മക്ക് കാശുമയച്ച്
രണ്ടു ഫുള്ളും വാങ്ങിയവൻ
ബസ്സുകേറിപ്പോയതോർമ്മയിൽ

അഞ്ച്

നോക്കിയയിൽ* പേരറിയാത്ത
പേരപ്പന്റെ മോൻ.
അഞ്ചുപേരെയുമൊരുകുഞ്ഞുവീടും
വീഴാതെ താങ്ങിയവൻ
തലതല്ലിവീണനാൾ
ദൈവമുറങ്ങുകയായിരുന്നു

ആറ്

അബോധത്തിൽ അബ്രഹാമിന്റെ മകൻ.
ഈസീജിപ്പടത്തിൽ
കുന്നുകയറിയിറങ്ങുന്ന
അംബാസഡർ ഡീസൽ.
റേഡിയേറ്ററിലിറ്റുന്ന
തുള്ളികൾ

പാതികത്തിയ ഹെഡ്‌ലൈറ്റുകൾ.
മടങ്ങിയ വിരലുകൾക്കുള്ളിൽ
സ്റ്റിയറിംഗ് കൃത്യമാക്കി
കാലുകൊടുത്തിരപ്പിച്ച്
വേഗം കുറച്ച് പന്ത്രണ്ടാംനാളിൽ
നിരപ്പാർന്ന വഴിയിലൂടെയവൻ..

ഇപ്പോൾ വണ്ടിയിൽ
അവനെക്കൂടാതെ മൂന്നുപേർ.
മുൻസീറ്റിൽ പാട്ടുംപാടി ശ്ലീഹാ.
പിന്നിൽ
വഴിയരികുനോക്കി രഞ്ജൻ
പാതിസീറ്റിലെ പച്ചക്കുളത്തിൽ
മാനം കണ്ടുകൊണ്ടൊരു വരാലും..

•

*Nokia

വാക്കുമുറിയും കാലം

1. ടൈംലൈൻ

പുതിയ കവിതകൾ
ഇല്ലാതാകുമ്പോൾ
മെമ്മറികൾ കൊണ്ട്
ടൈംലൈൻ നിറയുന്നു.

മുൻപെഴുതിയ
പ്രണയകവിത
കുന്നുകയറിനിന്ന്
ചെറുകിതപ്പോടെ
പാളിനോക്കുന്നു.
താഴെ
പുൽമേടുകളിൽ
ഉണങ്ങാനിട്ടിരിക്കുന്ന വെയിൽ
മഞ്ഞുവീണു
കുതിർന്നു കിടക്കുന്നു.

അൾത്താരയിൽ
മണ്ണും നുരയും വെച്ച്
തിരയൊരെണ്ണം
പടിയിറങ്ങി
കടലിൽ കലരുന്നു.
കാറ്റിനെക്കൊന്ന്
വരുന്നവനെക്കാത്ത്
രൂപക്കൂടുകൾ
കടലറുതിയിലേക്കുതന്നെ
നോക്കിനിൽക്കുന്നു.

മരംചേർത്തുകെട്ടിയിട്ട
നിസ്സഹായതയെ

വാരിയെല്ലുടച്ചു കൊല്ലുന്നു.
തിന്നാൻ ഉപ്പില്ലാതിരുന്നതുകൊണ്ട്
വെള്ളം ചോദിക്കാതെ
മരിക്കുന്നു.
മരത്തിലിപ്പോഴും
അവന്റെ കണ്ണുകൾ
തുറിച്ചിരിക്കുന്നു.

എട്ടുവയസ്സുകാരി
വയലറ്റുടുപ്പിട്ട്
മഞ്ഞുപുതഞ്ഞ
വീട്ടുമുറ്റത്ത്
ഓടിക്കളിക്കുന്നു.
കാട്ടുപൊന്തക്കുള്ളിൽ
ആറു ചെന്നായ്ക്കളിരുന്നു
ചതുരംഗം കളിക്കുന്നു.

പുതിയ കവിതകളൊഴിവാക്കാൻ
ഞാൻ
അക്കൗണ്ട് ഡിലീറ്റ് ചെയ്യുന്നു.

•

2. ഹോളിഡേ

കുട്ടി ഉറക്കമുണരുമ്പോൾ
അപ്പൻ ചീസ് ഫാക്റ്ററിയിൽ
പണിക്കു പോയിട്ടുണ്ടാകും.
ഫർ ജാക്കറ്റുമിട്ട്
സ്കൂൾ വാനിലേറ്റിവിടുന്നത്
അമ്മ.
വാൻ മുന്നോട്ടു
നീങ്ങുമ്പോൾ
കുട്ടി തിരിഞ്ഞു നോക്കും.
മഞ്ഞുവീണു വെളുത്ത
വഴിയരികുപിടിച്ച്
ധൃതിയിൽ, പീച്ച് തോട്ടങ്ങളുടെ
ചരിവിലേക്കു
ദിവസക്കൂലിവേലയ്ക്ക് പോകുന്ന
അമ്മ മറഞ്ഞു പോകുവോളം.
വൈകുന്നേരം കുട്ടിയെത്തുമ്പോൾ
അമ്മ ഗോതമ്പു സൂപ്പോ
വെരിനിക്കിയൊ ഉണ്ടാക്കുന്ന
തിരക്കിലായിരിക്കും.
ഓവർടൈം കഴിഞ്ഞ്
അപ്പനെത്തുമ്പോൾ
കുട്ടി പുതച്ചുറങ്ങിയിട്ടുണ്ടാകും.

ഞായറാഴ്ചകൾ
കുട്ടിക്കൊത്തിരിയിഷ്ടം.
ഉച്ചയൂണ് അപ്പനുമമ്മയ്ക്കുമൊപ്പം.
ബോഷ്റ്റും ഹോലബ്സിയും
അപ്പനമ്മമാരുടെ

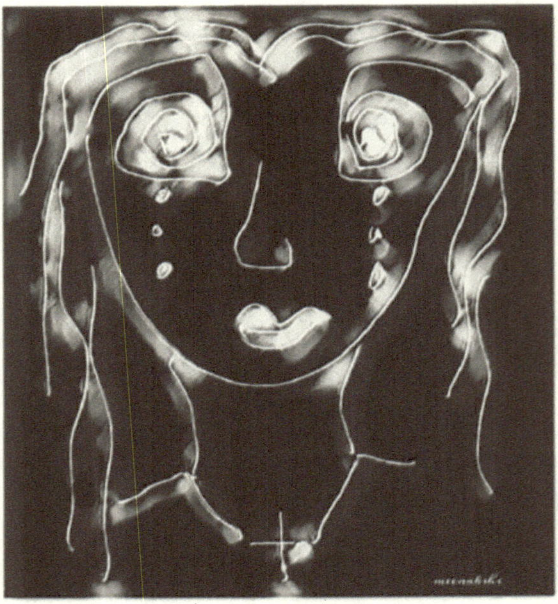

ഉമ്മയും ചിരിയും കുട്ടി കഴിക്കും.
ഒരാഴ്ചത്തേയ്ക്ക് നമുക്കൊരു
ഹോളിഡേ പോകണമെന്ന്
അപ്പൻ പറയും.
അമ്മയെന്നെ തോളോടുചേർത്ത്
കെട്ടിപ്പിടിക്കും.

കഴിഞ്ഞയാഴ്ച
അപ്പൻ ഫാക്റ്ററിയിലും
അമ്മ തോട്ടത്തിലും പോയിട്ടില്ല.
കുട്ടിയുടെ സ്കൂൾവാനും
വന്നിട്ടില്ല.
ജനലിലൂടെ
തോട്ടത്തിനുമൊക്കെ അപ്പുറത്ത്
തീയും പുകയും കാണുമ്പോൾ

കട്ടിയുള്ള ജനാലക്കർട്ടൻ
വലിച്ചിടുമപ്പൻ.

കുട്ടി
ബസ്സിന്റെ സൈഡ്സീറ്റിലിരിപ്പാണ്.
ഇത് നമ്മുടെ ഹോളിഡേ യാത്രയാണോ?
അമ്മയുടെ മുഖമെന്താണ്
കരയുന്ന പോലെ?
ബസ്സിൽ എല്ലാരുടെ മുഖവും അങ്ങനെതന്നെയാണല്ലോ..
പച്ചക്കറിയും മീനും വാങ്ങാൻപോയ അപ്പൻ
ഇനിയുമെന്തേ തിരികെവന്നില്ല?
സ്കൂളും പള്ളികളുമൊക്കെ
എങ്ങനെയാണ് കത്തിക്കരിഞ്ഞത്..

എല്ലാരും ഇറങ്ങുന്നു.
അമ്മയുടെ കൈപിടിച്ചു ഞാനും.
പൊക്കമുള്ള ഇരുമ്പുഗേറ്റുകൾ കടന്നു
മുന്നോട്ടു നടക്കുമ്പോൾ
അമ്മ ബസ്സുവന്നവഴി
പിന്നോക്കംനോക്കുന്നു.
തോക്കണിഞ്ഞ
യൂണിഫോമിട്ട ചേച്ചിമാർ
ചിരിച്ചുകൊണ്ട്
ചോക്കലേറ്റ് നീട്ടുന്നു.

എനിക്കിപ്പോൾ
നല്ല വിശപ്പുണ്ട്.

•

3. അളമുട്ടും കാലത്തെ ഒറ്റനിറം.

വെയിലതിന്റെ
വെറിയാകെ കാട്ടിയോരുനാൾ
വലക്കണ്ണികൾ പൊട്ടി
നിലത്തുവീണൊരു ചിലന്തി
ഇരയില്ലാതെ വിശന്നു വിശന്ന്
മരച്ചുവട്ടിൽ ബോധമറ്റു.

മഴക്കാലത്തേക്ക്
അരിമണികൾ കരുതാനിറങ്ങിയ
ഉറുമ്പിൻകൂട്ടം
ആലോചനയ്ക്കൊടുവിൽ
എട്ടുകാലുകളുമുടലും
ഭദ്രമായി താങ്ങി.
ചക്രവ്യൂഹം കാടുകയറി.

കാടിരുട്ടിൽ മരങ്ങളിൽ
കുയിലുമണ്ണാനും ഇലപ്പാമ്പൊരുത്തിയും
ശവയാത്ര നോക്കിയിരുന്നു
അപ്പോൾ
അബോധദൃശ്യങ്ങൾ താണ്ടി
ചിലന്തി കൺമിഴിച്ചു.
ഉണർവറിയാതെ ഉറുമ്പുകൾ..
ഇലവിടവുകളിലൂടിറ്റിയ വെയിലും
ഉറുമ്പുനടകളുടെ താരാട്ടുതാളവും
മത്തുപിടിച്ച്
മയങ്ങിയുറങ്ങി ചിലന്തി.

കാലുകളുരഞ്ഞ് വേദനിച്ചപ്പോൾ
പോകുന്നതൊരു തുരങ്കത്തിലൂടെയാണെന്ന്.
കണ്ണടച്ചാൽ ശ്വാസംമുട്ടലില്ല.
തുറക്കുമ്പോൾ ചെറുവെളിച്ചം.
വെളിച്ചം മറന്ന്
ശ്വാസം വലിച്ച്
എട്ടുകാലും ഒതുക്കിപ്പിടിച്ച്
ശവാസനം.

പുറത്തെവിടെയോ പെരുമ്പറ.
രാജാവാണത്രേ!
എന്തോ പറഞ്ഞു.
ഗർജ്ജനമല്ല; ഗംഭീരവും.
കുറുക്കനാണോന്ന്
ഉൽപ്രേക്ഷ വിചാരിച്ച്
ചിലന്തിക്കു ചിരി.
ഉറുമ്പുകൾക്കു
ചെവിയില്ലാത്തതു നന്നായി.
ഉണ്ടെങ്കിൽ ചിരിയവർക്കും..

തുരങ്കാന്ത്യത്തിൽ
ഉറുമ്പുറാണിയുടെ തീൻമേശ.
നടുവിൽ കണ്ണടച്ച് മലർന്ന് ചിലന്തി.
ചുറ്റും റാണിയും പ്രജകളും
പ്രാർത്ഥനാനന്തരം
അത്താഴം തുടങ്ങുന്നവേള
പെരുമ്പറയിൽ വീണ്ടുമെത്തി
രാജന്റെ നാസികാഭാഷണം.
'കാട്ടിൽ നിറയുന്നു
പുതുകീടങ്ങളും കളകളും'
'വരുന്നതോ

നെൽവയലുകളിലൂടെ'
'ആകയാൽ
അരിമണികൾ ത്യജിക്കാം
വയലുകൾ നിരത്താം'.

ചിലന്തി ഞെട്ടിയെഴുന്നേൽക്കുന്നു.
റാണിയും പ്രജകളും പിന്നോക്കമായുന്നു.
തീൻമേശ നിറഞ്ഞ് ചിലന്തി
എട്ടുകാലുകളും
ഉറുമ്പുകൾക്കു നേരെ നീട്ടുന്നു.
നീളൻ കാലുകളിൽ
ചെറുകൈയുകൾ തൊടുമ്പോൾ
അവർ ഒരേനിറമാകുന്നു.
പരസ്പരം നോവിക്കാതെ
ചക്രവ്യൂഹം
തിരികെ നടക്കുന്നു.
തുരങ്കത്തിൽ
നെൽവയലുകളിൽനിന്നും വന്ന
ശ്വാസവും വെളിച്ചവും ഒന്നിക്കുന്നു.

•

4. അധിനിവേശം

വെടിക്കെട്ട്

പടക്കങ്ങൾ
പൊട്ടാതെ ചീറ്റിപ്പോകണമേ
എന്ന പ്രാർത്ഥനയുടെ
പെരുന്നാൾ.

കുട്ടികൾ

പെട്ടെന്നൊരു കാറ്റിൽ
പൊട്ടിവീണ
ഇളനീരിന്റെ ഹൃദയം

മരം

അതിർത്തിയിൽ
ഇലകൾ ചുവന്ന മരം.
അയൽരാജ്യത്തുള്ള
വേരുകളുടെ നനവാകാം
ഇലകളിൽ.

ജനൽ

വീട്
ഋതുക്കളെ ആസ്വദിച്ച
പഴുതുകൾ.
തോക്കുകളിൽനിന്ന്
ചീറിവരുന്ന
പരിചയമില്ലാത്ത
പക്ഷികൾ.

ബങ്കർ

ഇരുട്ടും വിശപ്പും
കുഴച്ചുതേച്ച ഭിത്തി.
ഫോൺ വെളിച്ചം
ഇരുളകറ്റുന്നു.
മരണം വിശപ്പും.

•

5. വിമാനത്തിൽ ഇടംകിട്ടാത്തവർ

മണ്ണിലാഴത്തിലുറച്ച വേരുകൾ
സ്വയം പിഴുതപ്പോൾ
ചുവന്നുപോയ പുഴ
നിരത്തുകളിലേക്കൊഴുകി.

ആയിരങ്ങളിന്നലെ
വാങ്കുവിളി നേരത്ത്
നീന്തിച്ചുവന്നങ്ങനെ..

പുസ്തകച്ചട്ടയിലേറി കുഞ്ഞുങ്ങൾ
റൊട്ടിമാവിൽ പരന്നൊട്ടി പെണ്ണുങ്ങൾ
ഊന്നുവടിപ്പിടികളിൽ
കൂനിക്കൂനി ചിലർ
ഉരുളക്കിഴങ്ങിലകളുടുത്ത് കർഷകർ
ചുവന്നു ചുവന്ന്..

കരയിപ്പോൾ മങ്ങിയൊരു ക്യാൻവാസ്.
വെടിയുണ്ടകളിഴതുന്നിയ സ്കൂളുകൾ
തീ വിഴുങ്ങി ദഹിക്കാതൊരങ്ങാടി
തോലില്ലാത്ത ചെമ്മരിയാടുകൾ
വരമ്പുമുറിച്ചു തർക്കൊലചെയ്ത
ചോളനിലങ്ങൾ
തട്ടിൽ പച്ചക്കുണങ്ങിയ മഹി*മീനുകൾ

ചെമ്പുഴകളവസാനിക്കുന്നിടത്ത്
പരന്നുപരന്ന മൈതാനം
വാതിൽ മലർക്കെത്തുറന്ന്
മൺനിറത്തിൽ ഭീമൻ വിമാനം

നിലച്ച വാച്ചുകളിൽ
പിറന്നമണ്ണും പിടച്ച ജീവനും
പകിടകളി.
ജീവൻ കയ്യിലെടുത്തവർ
ആകാശത്തിനും പർവതങ്ങൾക്കുമിടയിൽ.
മണ്ണു ചേർത്തുപിടിച്ചവർ
പുഴയിലേക്ക് തിരികെ

ഭൂമിയുടെ നിറമിപ്പോൾ
പുഴക്ക്.

•

* അഫ്ഗാനിലെ രുചികരമായൊരു മത്സ്യം

6. മാരിയുപോൾ

ആകാശങ്ങളിലുരഞ്ഞ്
അതിരുകടന്നുവരുന്ന
നരകം കുത്തിനിറച്ച
പെയിൻറ് ബ്രഷുകൾ
കറുപ്പുചായമടിച്ചുപോയ
മാരിയുപോൾ.
കിനാവുകളിൽ
സ്വർഗ്ഗമായിരിക്കട്ടെ നീ.

സൂര്യകാന്തികളും
കാമുമൈൽ പൂക്കളും
കരിപുരണ്ടു തലകുനിച്ചു
കണ്ണടച്ചു നിൽക്കുന്നു.

ആകാശക്ക്യാമറകളിൽ
ചിലന്തികൾ വലനെയ്യും വിധം
ഊടുംപാവും പായും
ജീവനുകൾ.
എഴുപത്തഞ്ചിലെ വെള്ളിമുടികൾ
അമ്മത്തോളിലെ പിഞ്ചുമയക്കങ്ങൾ
കലങ്ങിയ നെഞ്ചിൻകൂടുകളുടെ
കൈപിടിച്ച ബാല്യങ്ങൾ
വിരലും തലയും പുറത്തിട്ട
ഗാരേജിലെ കവറോൾ ചലനങ്ങൾ
ബേക്കറിയിൽ മധുരം പൊതിഞ്ഞു
കയ്ക്കുന്നവർ
ഗ്രന്ഥം വെറുത്ത പുരോഹിതർ
കരിമൊട്ടുകളുടെ പൂന്തോട്ടക്കാർ,
കരളു തയ്ക്കുന്ന ചെരുപ്പുകുത്തികൾ
യന്ത്രമനസ്സുകളാൽ കറ്റമെതിക്കുന്നവർ
കപ്പലിൽ ദുഃഖമേറ്റിയകറ്റുന്നവർ

ആശുപത്രിവരാന്തയിലെ
നിലംതൊടാ മാലാഖമാർ
വലനെയ്യാനാവാത്തവർ
ഒരുവശം കൂടുമ്പോൾ
പൊട്ടുന്ന മറുകണ്ണി..

സൈറണുകളുടെ തനിയാവർത്തനം.
ശ്വാസമകന്ന ഫാക്ടറിച്ചിമ്മിനികൾക്കു കീഴെ
പമ്മിയിരിക്കുന്നു മാരിയുപോൾ!
അടക്കിയ ഹൃദയമിടിപ്പുകളെ
ഊറ്റിക്കുടിക്കുന്നു
ടാങ്കുകൾ.

നരകരാത്രികൾ താണ്ടി
കൂടയിലവശേഷിച്ച
റൊട്ടിക്കഷണങ്ങൾ.
ഒടുക്കത്തെത്തുള്ളിയിറ്റുനിൽക്കും
വെള്ളക്കുപ്പികൾ.
നോവുതീരാ
മരുന്നുപാത്രങ്ങൾ..

ഇരുട്ടാണു യുദ്ധം
വിശപ്പാണു യുദ്ധം
ഉറക്കം കെടുത്തുന്ന
ഭയമാണു യുദ്ധം
കൺമുന്നിലമ്മയും
കുഞ്ഞുങ്ങളും പെയ്യും
കണ്ണീർക്കയങ്ങൾതൻ
ചുഴിയാണു യുദ്ധം.

•

*മാരിയുപോൾ - യുദ്ധം പൂർണ്ണമായി നശിപ്പിച്ച
യുക്രേനിയൻ വ്യവസായ നഗരം

7. അനന്തരം

ഇങ്ങു ജീവിച്ചിരിക്കുന്നവർ
ആരുമറിയാതെ,
ഇനിയൊരു ലോകത്ത്
വ്യക്തമായ
ചേരിതിരിവുണ്ടാകുന്നു.

രണ്ടായിരത്തിയിരുപത്
ജനുവരി ഒൻപതിന്
മുൻപ് മരിച്ചവർ
ചെക്കിങ്ങില്ലാതെ ഒരു ചേരിയിൽ.
ശേഷക്കാരിൽ
മഹാമാരിയെടുത്തവർ മറുവശത്ത്;
സ്ഥിരീകരിക്കാത്തവർ
ആദ്യപക്ഷത്ത്.

മരണാന്തരലോകം
അത്രയും മടുപ്പുള്ളൊരിടമായി
മാറിയിട്ട്
നാളേറെയായിരുന്നു..

ആത്മഹത്യക്കാർ
അപകടമരണക്കൂട്ടർ
കൊലചെയ്യപ്പെട്ടവർ
പീഡനമരണം വരിച്ചവർ
വധശിക്ഷയേറ്റുവാങ്ങിയോർ
ആകെയും പക്ഷമായിനിന്ന്
സാദാ മറുപക്ഷവുമായി
കുഞ്ഞു കലഹങ്ങളാൽ
ബോറടിപ്പിച്ച ശാശ്വതലോകം

പൊടുന്നനെ
ഉഷാറായിരിക്കുന്നു.
ഉശിരുള്ള പ്രതിപക്ഷമില്ലാതെ
എന്തു യുദ്ധമെന്ന്
ചിരിക്കുന്നു മാലാഖമാർ.

ചെറിയ യുദ്ധങ്ങളിലൂടെ
സമാധാനമുണ്ടാക്കാൻ
എന്നും തമ്പുരാൻ കണ്ണടച്ചിരുന്നു.
നെവർദലെസ്,
എതിർപക്ഷം കനക്കുമ്പോളുള്ള
പെരുംയുദ്ധത്തിന്
ദൈവം അനുമതി നിഷേധിക്കുന്നു.

മരണം കല്ലുകൂട്ടിക്കെട്ടിയ
പ്രാർത്ഥനാലയത്തിന്റെ
അൾത്താരവാതിൽ
മെല്ലെ തുറക്കപ്പെടുന്നു..

•

8. ക്ഷാമം

എന്റെയരിമണികളാകെ ഞാനും
നിന്റെ ഗോതമ്പുപാടം നീയും
അവരുടെ ചോളമൊക്കെ അവരും
തിനമൊത്തം കിളികളും
അതിരുവരച്ച്
മുള്ളുവിതച്ച്
വിലക്കി.

ചോറുമടുത്തപ്പോൾ
ചുട്ട റൊട്ടിയും
ചോളം കയ്ക്കുമ്പോൾ
റാഗിപ്പുട്ടും
അപ്പോഴപ്പോൾ
പരിപ്പുപായസവും
ഇന്നലെവരെ.

കിളിക്കുഞ്ഞുങ്ങൾക്ക്
വല്ലപ്പോഴുമൊരു
മല്ലിയില കൊത്തിത്തിന്നാൻ
പെരുത്തിഷ്ടം.

പാലുമാത്രം കുടിച്ച്
എന്റെ പൂച്ചക്കുഞ്ഞുങ്ങൾ
എത്രനാൾ ഇങ്ങനെ..

ലോകം ചുരുങ്ങുന്നു
രാജ്യങ്ങളിലേയ്ക്ക്
രാജ്യം
വീടുകളിലേയ്ക്കും

നിലങ്ങളിൽ
പൂക്കുന്നു പടരുന്നു
യുദ്ധവും വ്യാധിയും.
ധാന്യങ്ങൾ നിറഞ്ഞൊരായുധപ്പുര
ദിക്കുകളാകെയും
പൊട്ടിത്തെറിക്കുന്നു.

•

9. ഇരുകാലിയഴിഞ്ഞാട്ടം

കഴിഞ്ഞയാഴ്ചയിൽ
കുറുമ്പു കൂടി ഞാൻ
കമഴ്ത്തിവിട്ടെന്റെ
കുഴിഞ്ഞ പാൽക്കിണ്ണം

പിറകേയോടിവന്നെടുത്തു
വീട്ടിലെ
യിരട്ടക്കുട്ടികൾ
ഒഴിച്ചു പാലതിൽ

ഇറച്ചിവെന്തതിൻ
കുറച്ചു തുണ്ടങ്ങൾ
നുറുനുറുക്കിക്കൊ
ണ്ടരികത്തമ്മയും

ഇളകിവീണൊരു
പലകത്തുണ്ടിനെ
ച്ചെറിയൊരാണിയിൽ
തറച്ചു, കൂടിന്റെ
തറയിൽ വൃത്തിയിൽ
കിടക്കുവാൻ വൂളിൻ
പതുപതുത്തതാം
തുണിവിരിച്ചപ്പൻ.

ഇടക്കിടെയിപ്പോൾ
ഇരുട്ടുവീഴാത്ത
ചുവന്ന രാത്രികൾ..

വെടിപ്പടക്കങ്ങൾ
തിമിർത്തു കത്തിയ

പുലർച്ചയിൽ
വീടിൻ നിറുകയിൽവീണ
ഇരുമ്പിൻ തീയുണ്ട
യെരിച്ച ചാരമെൻ
ചെറുകൂടാകെയും
കരിപൂശി, വാതിൽ
കൊളുത്തും പിന്നിലെയഴികളും
തകർ,ന്നകത്തെക്കമ്പിളി
യുരുകിപ്പട്ടുപോയ്..

ഇറങ്ങിയോടുന്ന
വഴികളൊക്കെയും
കരിമ്പുക നീറി
ക്കുഴഞ്ഞുവീണു ഞാൻ..
തലയിൽ കാലിലും
കുറിയ വാലിലും
കരിഞ്ഞരോമത്തിൻ
കനത്ത ഗന്ധവും..

വെളുത്തു നേരം,
കൺനിറഞ്ഞ ചാരത്തെ,
വലതുകൈത്തലം
തുടച്ചു നീക്കവേ
വിശപ്പു തുള്ളുന്ന
വയറ്റിൻ സ്വപ്നത്തിൽ
ഇറച്ചിയും പാലും
തിളച്ചു തൂവുന്നു.

കുറച്ചുദൂരത്തിൽ
കറുപ്പുചുറ്റിയ
നിഴലുകൾ പോലെ
നിരന്ന രൂപങ്ങൾ.

എനിക്കു നേരെയായ്
തിരിച്ചുവെച്ചൊരു
തകർന്ന കണ്ണാടി
തിളങ്ങിയെപ്പോഴോ..

●

'വാക്കു കുടിച്ചു വറ്റിച്ചവൾ നോക്കിലൊരു കടലിരമ്പുന്നവൾ'

ഇ. എസ്. സതീശൻ
അസോസിയേറ്റ് പ്രൊഫസർ (റിട്ട.) മലയാള വിഭാഗം
ശ്രീ കേരളവർമ കോളേജ്, തൃശൂർ

സമകാല മലയാള കവിസദസ്സിൽ ഇടംപിടിച്ചുകഴിഞ്ഞ ശ്രദ്ധാർഹനായ കവിയാണ് ഹാരിസ് യൂനുസ്. സമൂഹമാധ്യമങ്ങളിലും അച്ചടി മാധ്യമങ്ങളിലും ഒരുപോലെ അദ്ദേഹത്തിന്റെ കവിതകൾ പ്രസിദ്ധപ്പെടുന്നുണ്ട്, എന്നല്ല നവവായനക്കാർക്കിടയിൽ സജീവമായി ചർച്ചചെയ്യപ്പടുന്നുമുണ്ട്. ഹാരിസിന്റെ രണ്ടാമത്തെ കവിതാ സമാഹാരമാണ് അൻപത്തി ഒന്നു കവിതകളുള്ള 'കടൽ ഒരു ഗാലക്സി' എന്ന പുസ്തകം. ആദ്യ സമാഹാരം 'പുഴവിത്ത്' ഏറെ ശ്രദ്ധിക്കപ്പെട്ടിരുന്നു. ബ്ലോഗുകൾ, യുട്യൂബ് , ഫെയ്സ്ബുക്ക്, ക്ലബ്ഹൗസ് തുടങ്ങിയ നവമാധ്യമങ്ങളിൽ കവിത ഇന്ന് അതിന്റെ സ്വാതന്ത്ര്യം ആഘോഷിക്കുകയാണ്. കവികളും വായനക്കാരും ചേർന്ന കാവ്യസദസ്സുകൾ അവിടങ്ങളിൽ സജീവമാണ്. പത്രാധിപരോ മറ്റു വിലക്കുകളോ ഇല്ലാത്ത ഈ സ്വതന്ത്ര പ്രകാശന അന്തരീക്ഷത്തിൽ നിന്നാണ് കവിതയെഴുത്തും വായനയും ഇന്ന് കുതിച്ചുയരുന്നത്. കവിത അതിന്റെ പൂർവ്വഭാരങ്ങളിൽ നിന്നും സൈദ്ധാന്തികക്കെട്ടുകളിൽനിന്നും മോചിതമായിരിക്കുന്നു. അടിച്ചൊതുക്കലും പിടിച്ചുയർത്തലും ഇവിടെ കാര്യമായി വിലപ്പോവില്ല. വായനക്കാരന്റെ സ്വാതന്ത്ര്യം പ്രത്യക്ഷവും പ്രകടവുമായി പ്രകാശിക്കപ്പെടുന്നതാണ് അതിനൊരു കാരണം. മറ്റൊന്ന്, വായനക്കാരനുമേൽ സമ്മർദ്ദങ്ങളേയില്ല എന്നതാണ്. കവിപ്രഭുക്കളോ നിരൂപക കേസരികളോ ഇവിടെ അപ്രമാദികളല്ല. എഴുത്തിലും എഴുത്തുകാരിലും അരാജകമാണ് സമൂഹമാദ്ധ്യമം. അഭിരുചികളുടെ ജനാധിപത്യ സർഗവിലാസം സാധ്യമാകുന്ന തുറന്ന ഇടം. ഇവിടെ പയറ്റിത്തെളിഞ്ഞവരാണ് നവ എഴുത്തുകാരിൽ ഭൂരിപക്ഷവും. ഹാരിസ് യൂനുസ് സമൂഹമാധ്യമത്തിലൂടെ വായനക്കാരുടെ ഹൃദയത്തിലിടം നേടിയ കവിയാണ്. ലോകത്ത് എല്ലായിടത്തുമുള്ള മലയാളികൾക്ക് അകലങ്ങൾ മറന്ന് അടുത്തുചേർന്നിരുന്ന് സംവദിക്കുവാൻ സമൂഹമാധ്യമങ്ങൾ തരുന്ന അവസരം മലയാള കവിതയ്ക്ക്

ഇന്ന് നവ ആഗോളമാനം നൽകിയിട്ടുണ്ട്. മറ്റു സംസ്കാരങ്ങളിലെ എഴുത്തുകാരുമൊരുമിച്ചുള്ള വേദികളുടെ ഉയർന്ന സാധ്യതകളും നമ്മുടെ കവികൾ പ്രയോജനപ്പെടുത്തുന്നുണ്ട്. പ്രവാസത്തിന്റെ വിഷാദങ്ങളും ക്ലേശങ്ങളും ഒരു പരിധിവരെ പരിഹരിക്കപ്പെടാനും ഈ കവിക്കൂട്ടായ്മകൾ പ്രയോജനപ്പെടുന്നുണ്ട്. അതിരുകളില്ലാതെ വീശുന്ന ഈ കവിതക്കാറ്റിൽ അലസരല്ല കവിക്കൂട്ടായ്മകൾ. ആഗോള, സാമൂഹ്യ, രാഷ്ട്രീയ, മാനവ പ്രശ്നങ്ങളിൽ നിമഗ്നരാണവർ. പ്രതികരിക്കാനും പ്രതിഷേധിക്കാനും ഭയക്കാത്തവരാണ്. കവിതയുടെ കൂമ്പടഞ്ഞു, കവിത മരിക്കുന്നു, നിലവാരം തകരുന്നു തുടങ്ങിയ ആവലാതികൾക്കും വേവലാതികൾക്കും ഇനി കേൾവിക്കാരെ കിട്ടില്ല. ഏതാനും എഴുത്തുധാരകളിലും എഴുത്തുകാരിലും കെട്ടിപ്പൊക്കിയ താരസൗധങ്ങൾ തകർന്നു കഴിഞ്ഞു. ഇനി അത്തരം സൗധങ്ങൾ ഉയരുവാനും പോകുന്നില്ല. ആയിരങ്ങൾ എഴുതുകയാണ്, എഴുതാൻ പോവുകയാണ്. എഴുത്തിന്റെയും എഴുത്തുകാരുടെയും ബഹുസ്വരതയുടെ കാർണിവെലുകളാണ് ഇനി സംഭവിക്കാൻ പോകുന്നത്. ഇത്രയും പറഞ്ഞത് ഏതൊരക്ഷരപ്രേമിക്കും കവിയാകാം എന്ന് സൂചിപ്പിക്കുവാനാണ്. കവിയുടെയും കവിതയുടെയും മാനവും മഴാനറും ഈ പരിസരത്തിൽ പുനർനിർവചിക്കേണ്ടിവരും. മാറിയ ഈ എഴുത്തു പ്രതിഭാസത്തെ ഹൃദയംകൊണ്ട് തൊടുന്ന കവിതകളാണ് ഹാരിസ് യൂനുസിന്റേത്.

മേൽപറഞ്ഞതൊക്കെ യാഥാർഥ്യമാണെങ്കിലും മാനവജീവിതം പോലെ കവിതയുടെ ജീവിതവും ഒരു ഒഴുക്കാണ്. ഉറവിടമെവിടെയെന്ന് നിശ്ചയമില്ലെങ്കിലും ഒഴുക്കിനൊപ്പവും മുന്നോട്ടും പിന്നോട്ടും ഒരു കവിയ്ക്ക് നടക്കാനാകും. അത് കവിയുടെ അവകാശ സ്വാതന്ത്ര്യവുമാണ്. നാടിന്റേയും ഭാഷയുടെയും സംസ്കാരത്തിന്റേയും കവിതയുടെ ചരിത്രഭൂതകാലം ഒരധികാരശ്രേണിയായി കവിതയിൽ പ്രവർത്തിച്ചുകൊണ്ടിരിക്കും. കാലത്തിന്റെ ഇടപെടലുകൾ അതിൽ പരിവർത്തനങ്ങൾ വരുത്തുകയും ചെയ്യും. കാവ്യശാസ്ത്രവും കാവ്യനീതിയും തകിടം മറിയുകയും പുതുത് ജനിക്കുകയും ചെയ്യും. ഈ സംഘർഷമാണ് എന്നും കാവ്യചരിത്രത്തിൽ ഉയരുന്ന സംവാദവും വിവാദവും. വായനക്കാരും ഈ സംഘർഷത്തിൽനിന്നു മോചിതരല്ല. കവിതയുടെ നിർവചനം, ലക്ഷ്യം, കാരണം, പ്രയോജനം, സാമൂഹ്യരാഷ്ട്രീയ സാംസ്കാരിക പരിസരങ്ങൾ, രചനാപരവും ഭാഷാപരവുമായ സ്വഭാവങ്ങൾ എല്ലാം കാലത്തോടും നവവിജ്ഞാനത്തോടും മാറുന്ന അഭിരുചിയോടും കലഹിച്ചുകൊണ്ടേയിരിക്കും. കവിതയ്ക്ക്, കവിതയുടെ മാധ്യമവും പ്രത്യക്ഷീക

രണവുമായ കാവ്യവാങ്മയങ്ങളിലൂടെ മാത്രമേ സംവദിക്കാനാകൂ. സാധാരണ വ്യവഹാരത്തിലെ വാക്കുകളെങ്കിലും അവ കാവ്യശരീരത്തിന്റെ ഭാഗമാകുന്നതോടെ സാംസ്കാരിക സൗന്ദര്യപ്രതിനിധാനങ്ങളാകുന്നു. സാംസ്കാരിക ഭൂതകാലത്തിൽനിന്നും കുഴിച്ചെടുത്തവയും കൽപനാസാമർത്ഥ്യത്താൽ കവി കല്പിച്ചെടുത്തവയും അതിൽപ്പെടും. അതിനാൽ കാവ്യവഴിയുടെ സാംസ്കാരിക ഭൂതകാലത്തിൽനിന്നും സൗന്ദര്യഭൂതകാലത്തിൽനിന്നും പൂർണമായും വിടുതൽ തേടുക കവിയ്ക്ക് എളുപ്പമല്ല. കവി പരിശ്രമിച്ചാലും വായനാഭിരുചികളെ മാറ്റിയെടുക്കാൻ കാലത്തിനു കഴിഞ്ഞെന്നും വരില്ല. കവിതയുടെ രൂപഘടന, ശില്പഘടന, പ്രമേയം എന്നിവയിലൊക്കെ ഈ പ്രശ്നം പ്രവർത്തിക്കുന്നുണ്ട്.

'വാക്കു കുടിച്ചു വറ്റിച്ചവൾ
നോക്കിലൊരു കടലിരമ്പുന്നവൾ'

എന്നു പ്രണയത്തെക്കുറിച്ചാവാം ഹാരിസ് എഴുതിയത്. കവിതയുടെ സുപ്രധാനമായ രണ്ടംഗങ്ങളിലേയ്ക്കാണ് ഈ വരികൾ വിരൽ ചൂണ്ടുന്നത്. ഒന്ന് വാക്കും മറ്റേത് പ്രമേയവും. കവിതയെ സംബന്ധിച്ചിടത്തോളം വാക്കും പ്രമേയവും തമ്മിലുള്ള ബന്ധം പൂരകമാകുന്നതാണ് ഉചിതം. വാക്കിലൂടെയാണ് പ്രമേയത്തെ അവതരിപ്പിക്കുന്നത്. പ്രമേയമില്ലെങ്കിൽ വാക്കിന് അസ്തിത്വവുമില്ല. പ്രമേയത്തിനുചിതമായ ഓരോ വാക്കും തിരഞ്ഞെടുക്കൽ കവിയ്ക്ക് സർഗ്ഗസമ്മർദ്ദമുണ്ടാക്കുന്ന പരീക്ഷണങ്ങളാണ്. 'Intolerable wrestle with words' എന്ന് T.S. എലിയറ്റ് ആകുലപ്പെടുന്നുണ്ടല്ലോ. 'വാക്കു കുടിച്ചുവറ്റിച്ചവൾ' എന്ന് ഹാരിസും ആ അവസ്ഥയെ നേരിടുന്നു. പ്രമേയം കവിതയുടെ ലക്ഷ്യത്തെക്കൂടി ഉൾക്കൊള്ളുന്ന ഒന്നാണ്. 'നോക്കിലൊരു കടലിരമ്പുന്നവൾ' കവിതയുടെ നോട്ടം തന്നെയാണ്. ഓരോ കവിതയുടെയും ജനനം സഫലമാകുന്നതിന്റെ ലക്ഷ്യസാക്ഷാത്കാരം. ഇരമ്പുന്നത് കടലാണ്. വിസ്തൃതവും അഗാധവും സദാ തിരയടിക്കുന്നതുമായ ജീവിതം തന്നെയാണ് കവികൾക്കെന്നും കടൽ. ഓരോ നോക്കിലും ജീവിതത്തിന്റെ തുടിപ്പും ഇരമ്പലും ആത്മാവിൽപ്പേറുന്ന ആ ജനുസ്സ് കവിതയല്ലാതെ മറ്റെന്ത്? കവിതയുടെ ആശയപ്രപഞ്ചവും ലക്ഷ്യവും അതുതന്നെ. കവിതയുടെ ജന്മവും ജന്മസാഫല്യവും അതുതന്നെ. അത് മനുഷ്യജീവിതത്തെ അടയാളപ്പെടുത്തുന്നു. മാനവികതയാണ് അതിന്റെ കരുതൽ. അമാനവികമായതെല്ലാം അതിനു പുറത്താണ്. മനുഷ്യജീവിതത്തെ മുന്നോട്ടു ന

യിക്കാനുള്ള ചുവടുകളാണ് അതു തെളിക്കുന്നത്. അതിനുള്ള വെളിവുകളാണ് അതു തുറക്കുന്നത്. ബോധോദയമാണ് പിറവിയുടെ രഹസ്യം. ബോധിവൃക്ഷം പോലെ അത് തണലിലിരുത്തും. ചിന്തയെ ഖനനം ചെയ്യും. ഹൃദയത്തിൽ വെളിച്ചം പരത്തും. ഭാവനാസ്വപ്നങ്ങൾ നെയ്ത് ഹൃദയത്തെ വിശാലമാക്കും. ക്രൗര്യത്തിന്റെ ആണികളെ പിഴുതെറിയും. ഹൃദയത്തിൽ കനിവ് പകരും. പൊരുളുകൾ ഉണർത്തും. ജീവിക്കുവാനുള്ള ആത്മവിശ്വാസമേകും. വേദനകളിൽ പങ്കുചേർക്കും. നിലവിളികൾക്ക് കാതുകൊടുക്കാൻ പഠിപ്പിക്കും. സ്നേഹം എന്തെന്ന് കോരിത്തരും. ക്രോധം തണുപ്പിക്കും. നിതാന്തമായ ജാഗ്രതയെ ബോധ്യപ്പെടുത്തും. ആലസ്യങ്ങളിൽനിന്ന് ഉത്സുകതയിലേയ്ക്ക് നയിക്കും. മാനവികതയുടെ ഉയർന്ന ആകാശപ്പരപ്പുകൾ കാട്ടിത്തരും. ജീവിതത്തെ നിരന്തരമായി പുതുക്കുവാൻ കവിത പഠിപ്പിക്കുന്നു. പ്രണയത്തിന്റെ അപൂർവമായ വശ്യതകൊണ്ട് ജീവിതത്തെ കോരിക്കുടിക്കുവാൻ അത് മോഹിപ്പിക്കും. കവിതയെന്തെന്നു പൊതിഞ്ഞുവെച്ച രണ്ടുവരികളിൽ ഹാരിസ് തന്റെ കവിതയെഴുത്തിന്റെ രഹസ്യം ചിമിഴിലൊതുക്കുന്നു. ഈ വരികളിലൂടെ സഞ്ചരിച്ചാൽ ഹാരിസിന്റെ ഓരോ കവിതയുടെയും പ്രവേശനകവാടം നമുക്കുമുന്നിൽ മലർക്കെ തുറന്നുവരുന്നത് അനുഭവിക്കാനാകും.

പ്രണയത്തിൽ അടയിരിക്കുന്ന കവിതകൾ

ഈ സമാഹാരത്തിലെ കവിതകളെ നാലുഭാഗങ്ങളായി ക്രമീകരിച്ചിട്ടുണ്ട്. പ്രമേയപരമായി സമാനതകളുള്ളവയെ ചേർത്തുവെച്ചതാകാം. ആദ്യത്തെ വിഭാഗത്തിൽ ചേർത്തിട്ടുള്ള കവിതകൾക്ക് 'പലവർണ്ണപ്പച്ചകൾ' എന്നാണ് ശീർഷകം കൊടുത്തിരിക്കുന്നത്. പതിനാറു കവിതകളാണ് ഈ വിഭാഗത്തിലുള്ളത്. ശീർഷകം കവിതകളുടെ പൊതു സ്വഭാവത്തെ വ്യഞ്ജിപ്പിക്കുന്നുണ്ട്. ഹരിതവർണ്ണത്തിന്റെ പലവിധ അടരുകളാണ് ഓരോ കവിതയും. പച്ചയിലെ വൈവിധ്യങ്ങളും വൈവിധ്യങ്ങളിലെ പച്ചയും. ഒരു സാധാരണ വ്യാവഹാരിക പദം കവിതയുടെ ഭാഗമാകുന്നതോടെ അത് വിശേഷ സൗന്ദര്യചിഹ്നമായി മാറുന്നു. ജീവിതപ്പച്ചയാണല്ലോ പ്രണയം. ഹാരിസിന്റെ കവിതപ്പച്ചയും പ്രണയമാകുന്നു എന്ന് ഈ വിഭാഗത്തിലെ കവിതകൾ സൂചന നൽകുന്നുണ്ട്. ആദ്യ കവിതയുടെ ശീർഷകം തന്നെ 'പച്ച' എന്നാണ്. സാമാന്യ വ്യവഹാരത്തിൽ ത്തന്നെ 'പച്ച'യ്ക്ക് ആ നിറത്തിൽ കവിഞ്ഞ പ്രയോഗങ്ങളുണ്ട്. പച്ചയായ മനുഷ്യൻ, പച്ച നുണ, ജീവിതത്തിന്റെ പച്ചപ്പ്, പച്ചക്കരിമ്പ്, തുടങ്ങി

'പച്ച'യുടെ അർത്ഥപ്രയോഗങ്ങളെല്ലാം ആ പദത്തിന്റെ സൗന്ദര്യവിതാനങ്ങളെ വിപുലപ്പെടുത്തുന്നതാണ്. കാപട്യമില്ലാത്തതും, സുതാര്യവും, ആഴത്തിൽ തൊടുന്നതുമായ ഒരു ഗുണവിശേഷം അതിനുണ്ട്. ഹൃദയബന്ധങ്ങളെ ആർദ്രവും ദൃഢവുമാക്കുന്ന പ്രണയത്തിന്റെ സൂചകമാകാമത്. പച്ച എന്ന ആദ്യകവിതയിൽ പച്ചനിറച്ച ഗ്രാമങ്ങളാൽ ചുറ്റപ്പെട്ട നഗരത്തിൽ ഒരാൾ. കൂടെ അയാളുടെ കൂട്ടുകാരിയും. അയാൾ അവൾക്കായി വരച്ച 'വര'കളും മരങ്ങളും എല്ലാം പച്ചയിൽ. നടന്ന പാതയിലെ ചുവന്ന വഴിക്കല്ലുകളിൽ അവരെ നോക്കി പച്ചപ്പായലുകൾ. പിന്നെ അയാൾ കാണുന്നത് കുളക്കടവിൽ അവളെ ഉമ്മവെച്ചുകിടന്ന പച്ചപ്പായലുകളാണ്. ആ വിയോഗം ഹൃദയത്തിലേറ്റി അയാൾ ആശ്വസിക്കുന്നു. 'അല്ലെങ്കിലും നമ്മൾ തമ്മിൽ കണ്ടിട്ടേയില്ലല്ലോ'. പ്രണയത്തിന്റെ സാന്നിധ്യം 'പച്ച' എന്ന രൂപകത്തിനു വിട്ടുകൊടുക്കുന്നു , ഈ കവിത.

'പുഴയോളം മഴ ഉള്ളിൽ പെയ്തപ്പോൾ' അന്നാദ്യമായി അയാൾ നാലുവരി പാട്ടെഴുതുന്നു.

'നീയിങ്ങനെ
പാടിക്കൊണ്ടിരിക്കുമ്പോൾ
പുലർച്ചതീണ്ടിയ
നിലാവുപോലുരുകുന്നു ഞാൻ.'

(ജോഗ്)

ഉള്ളിൽ പുഴയോളം പെയ്തുനിറഞ്ഞത് പ്രണയമഴയായിരുന്നു, ജോഗിന്റെ രാഗവിസ്താരം പോലെ. 'പുലർച്ച തീണ്ടിയ നിലാവുപോലെ' ആ വിരഹസംഗീതത്തിൽ അയാൾ ഉരുകിത്തീരുന്നു. വിരഹമാണ് പ്രണയത്തിന്റെ തീവ്രഭാവമെന്ന് 'ജോഗ്' അനുഭവിപ്പിക്കുന്നു.

പ്രണയത്തിന്റെ അഞ്ചുരുചികളാണ് 'എന്നെ പ്രണയിച്ച അഞ്ചുപേർ'. ഒന്ന് 'യാത്ര'യാണ്. മിണ്ടലുകളുടെയും കാഴ്ചകളുടെയും സ്വാദുകളുടെയും 'സൂര്യോദയമില്ലാത്ത രാത്രിക'ളുടെയും പ്രണയാഘോഷയാത്രകൾ.

'നിനക്കെന്നെ കാണാനാവില്ല, പക്ഷെ
നിന്റെ ചില്ലകളുലയുമ്പോൾ
എനിക്കെന്നെ കാണാം.'

എന്ന് കാഴ്ചയ്ക്കും കേൾവിയ്ക്കുമപ്പുറമുള്ള പ്രണയസഞ്ചാരത്തെ സ്പർശനം കൊണ്ട് രുചിക്കുന്നു. കാറ്റുപോലെ കൂടെക്കൂടിയവളുടെ പാ

ട്ടാണത്. വേണ്ടപ്പെട്ടവരുടെ ഒരു ചലനം മതി പ്രണയത്തിന്റെ ഉള്ളറിയുവാൻ. കലഹവും പരിഭവവും 'മുരിക്കിൻ പൂക്കൾ വരച്ചുവരച്ചു മൂക്കും മുഖവും ചുവന്നും' പ്രണയം പ്രകടമാകുന്നു. ചിരിയും കരച്ചിലുമില്ലാത്ത പ്രണയത്തിന്റെ എരിവുരുചിയാണിത്. നിത്യവിരഹമാണ് മറ്റൊന്ന്. 'അവളുടെ വിശ്വാസത്തിനാൽ എന്നെ രക്ഷിക്കുന്നവൾ' എന്ന പ്രാർത്ഥനയാണ് പ്രണയത്തെ വിഷാദത്തിൽനിന്ന് മുന്നോട്ട് നയിക്കുന്നത്. അഞ്ചാമത്തെ പ്രണയം സർഗ്ഗലയത്തിൽ വിലയിക്കലാകുന്നു. വാക്കു കുടിച്ചു വറ്റിക്കുന്ന കവിനിയോഗമാകാം അത്. അഞ്ചു പ്രണയക്കാഴ്ചകളും വ്യഥയുടെ പരിവേഷമണിയുന്നതാണ്. പ്രവാസ ജീവിതത്തിന്റെ തീവ്രമായ വൈകാരികതകളുടെ അസ്വസ്ഥതകൾ നിലീനമാണതിൽ.

പ്രണയലീലകളുടെ നിഗൂഢതകൾ സൂക്ഷിക്കുന്ന കവിതയാകാം 'ഉറക്കം'. കടലും ആകാശവും താണ്ടിയാണ് അതിരാവിലെ പാമ്പ് പ്രവാസിയായ അയാൾക്കരികിലെത്തുന്നത്. ഇഷ്ടപ്പെട്ടവരെ പിരിഞ്ഞതുകൊണ്ടാവാം അയാൾക്കുറക്കമില്ല. അയാൾ രണ്ടു കപ്പുച്ചിനോ ഓർഡർ ചെയ്തു. പാമ്പു കസേരയിൽ അയാൾക്കഭിമുഖമായി പിന്നോട്ടു ചാരിയിരുന്നു. 'എത്ര സ്വപ്നങ്ങളിൽ എന്നെക്കണ്ടു' എന്ന ചോദ്യത്തിൽ അയാൾക്ക് എണ്ണം തെറ്റി. കാപ്പികുടിച്ചുതീർത്ത പാമ്പ് അയാളുടെ വലതു കൈയിലൊരുമ്മകൊടുത്തു. നീലക്കല്ലുള്ള കണ്ണാൽ അയാളെ ആഴത്തിൽ നോക്കി ശബ്ദമില്ലാതെ പറന്നുപോയി. പാമ്പ് ഉമ്മവെച്ചിടത്ത് പാമ്പിന്റെ അതേ നീലനിറം, വിഷം തീണ്ടിയതുപോലെ. പ്രണയവും വിരഹവും രതിയും ഇഴചേർന്ന ഒരു നിഗൂഢത ഈ കവിതയെ സ്വപ്നസദൃശ്യമാക്കുന്നുണ്ട്.

ഇതിനോട് ചേർന്നുനിൽക്കുന്ന മറ്റൊരു പ്രണയ കവിതയാണ് 'ഓട്ടോഗ്രാഫ്'. പഴയ പുസ്തകത്തടിയലമാര പൊടിതുടയ്ക്കുമ്പോൾ വായനയുടെ ഭൂതകാലം ഇറങ്ങിവരികയാണ്. അതിരാണിപ്പാടവും വീണപൂവും മയ്യഴിയും ഉയിർത്തെഴുന്നേൽക്കുന്നു. ഒരു ശരത്കാലം ഗസൽ മൂളിവരുന്നു. കറുപ്പിന്റെ കവി കവിതചൊല്ലി വരുന്നു. അങ്ങനെ വായനയുടേയും എഴുത്തിന്റെയും സംഗീതത്തിന്റെയും വിപ്ലവത്തിന്റെയും ഒരു ക്യാമ്പസ് കാലത്തിലേയ്ക്ക് മനസ്സു ചിറകടിക്കുമ്പോഴാണ് ഒരു പുസ്തകം നിലത്തുവീണ് തിളങ്ങുന്ന കവറും നിറയെ പൂക്കളും കാട്ടി വിളിക്കുന്നത്. 'ഒടുവിലെ പേജിൽ നിറഞ്ഞ മഞ്ഞയും ഇരുവരികളായൊരുകവിതയും' മരത്തണൽപറ്റി ചിരിച്ചുനിൽക്കുകയാണ്. 'പിരിയും നാളിൽ പ്രിയ കാലാലയം കുറിച്ചുനൽകിയ' പ്രണയമുദ്രകൾ. വായനാനാളുകളും അതിന്റെ അനുഭൂതികളും ചേർത്തുകൊരുത്ത പ്രണയത്താ

ളുകളാണ് ഈ കവിത. പ്രവാസം പോലെ വേർപാടിന്റെ വേദനയിലാണ്, അതിന്റെ വിഷാദ സ്മരണകളിലാണ് പ്രണയം സുഖസ്പർശമായി അനുഭവവേദ്യമാകുന്നത്. പ്രണയം ആത്മാന്വേഷണത്തിന്റെ എഴുത്തു (autograph)കൂടിയാകാം.

ഹാരിസിന്റെ പ്രണയകവിതകളിൽ പലതിലും പ്രണയം നിഗൂഢമായ അനുഭൂതിയാണ്. 'പരൽമീൻ ഇരട്ടിപ്പിച്ച നിലാവ്' എന്ന കവിതയിൽ ഏതാനും ദൃശ്യബിംബങ്ങൾ കൊണ്ടാണ് പ്രണയത്തിന്റെ നിഗൂഢമായ അനുഭൂതിയിലേയ്ക്ക് കവി സഹൃദയനെ നയിക്കുന്നത്. 'ഇറിഗേഷൻ കനാൽ തീരത്ത് മുട്ടോളം വെള്ളത്തിൽ കാലുകളിട്ടാണ്' അവർ ഇരിക്കുന്നത്. അടുത്തു 'പൊട്ടിവീണ നക്ഷത്രങ്ങളെ വലവീശിക്കോരുന്ന മീൻപിടുത്തക്കാരൻ'. 'ഭ്രമണപഥത്തിലെ ആകസ്മികതകളെക്കുറിച്ച് രണ്ടുഗ്രഹങ്ങൾ സംസാരിക്കുന്നോണം' പ്രണയം അവരെ ആശ്ചര്യപ്പെടുത്തുന്നു. ജലപ്പരപ്പിൽ രണ്ടു നിലാവുകൾ. തുളുമ്പാതെ രണ്ടിനെയും പിടിച്ചെടുക്കുകയാണയാൾ. ആകസ്മികവും നിഗൂഢവുമായ പ്രണയ നിനവുകളെ ഫാന്റസിയിലൂടെയല്ലാതെ എങ്ങിനെ ആവിഷ്കരിക്കാനാകും?

ഒരു പ്രണയരംഗം ചലച്ചിത്രത്തിൽ ആവിഷ്കൃതമാകുന്നതിന്റെ സൗന്ദര്യമുണ്ട് 'ശ്യാമം' എന്ന കവിതയ്ക്ക് ; ഒരു കാവ്യാത്മകമായ തിരക്കഥ പോലെ. അയാൾ കണ്ണടക്കടയിൽ കാഴ്ച മിനുക്കുകയാണ്. അപ്പോഴാണവൾ കണ്ണട വാങ്ങാൻ ചീട്ടുമായി കയറി വരുന്നത്. പൂർവ്വകാലത്തേയ്ക്ക് നമ്മെ കൂട്ടിക്കൊണ്ടുപോകുംവിധമാണ് അവളുടെ ആഹാര്യകൽപനകൾ:

'വെളുപ്പാവേശിച്ചമുടി
വിടർത്തിക്കെട്ടിയിട്ടുണ്ട്
മാസ്ക് അണിഞ്ഞിട്ടുണ്ട്
കണ്ണുകൾക്ക് കീഴെ കറുപ്പുണ്ട്
കുട മടക്കിപ്പിടിച്ച വിരലുകളിൽ
മഞ്ഞൾച്ചായമുണ്ട്'

കാലം അവളെ വരയ്ക്കുകയാണ്, മുന്നിലേയ്ക്കും പിന്നിലേയ്ക്കും. ഒരു ഫ്ളാഷ്ബാക്ക്. അയാളുടെ കണ്ണുകൾ ദേശാടനത്തിനു പോകുന്നു. കടയ്ക്കുപുറത്ത് കാലംതെറ്റിപ്പെയ്ത ചെറുമേഘം 'മഴവില്ലേ മഴവില്ലേ' എന്ന് പറക്കുന്നു. മഴത്തുള്ളികൾ നിലംതൊടാതെ മേഘം പോയ വഴി തേടുന്നു. ഇപ്പോൾ 'അവളുടെ ചിരിയിൽ വാക പൂക്കുന്നു. പുസ്തക

ത്താളുകൾ ചുവക്കുന്നു. അവളുടെ ഇളംനീല ദാവണി പാട്ടിലിളകുന്നു. ഒരു ഗ്രാമം മുഴുവൻ ഓണവെയിൽ പരക്കുന്നു. മങ്ങിയ കാഴ്ചയിൽ പൊതിഞ്ഞ കവിത കൊടുത്ത് അയാൾ മൂന്നു ദശകങ്ങളിറങ്ങുന്നു'. അവിടെ ഫ്ളാഷ്ബാക്ക് സമകാലത്തിലേയ്ക്ക് ലയിക്കുന്നു. കണ്ണടലെൻസിലെ വരികളിൽ പ്രണയത്തിനു സന്ധ്യയുടെ ചുവപ്പ്. ഏതാനും വരികളിൽ ഒരു നീണ്ട പ്രണയകാലത്തെ കാലത്തിന്റെ ബിംബാവലികളിൽ കോർത്തിടുകയാണ് കവി. എണ്ണിത്തീരാത്ത കാത്തിരിപ്പുപോലെ, മായാത്ത നിലാവുപോലെ, നിത്യവിഷാദം പോലെ, നിതാന്ത സ്മരണപോലെ ഹാരിസിന്റെ കവിതകൾ പ്രണയത്തെ കോരിക്കുടിക്കുന്നു. കാഴ്ചയുടെയും ചലനത്തിന്റെയും ബിംബാവലികൾ ഭാവനയെ സ്വാഭാവികവും അകൃത്രിമവുമാക്കുന്നു. 'ചെടിയിൽ ഇലകൾ ഉണ്ടാകുന്നതുപോലെ സ്വാഭാവികമായി കവിത വരുന്നില്ലെങ്കിൽ എഴുതാതിരിക്കുന്നതാണ് നല്ലത്' എന്ന ജോൺ കീറ്റ്സിന്റെ വരികൾ ഹാരിസിന് മനഃപാഠമാണ്.

ഒറ്റഫ്രെയിമിൽ പ്രണയത്തെവരച്ച മറ്റൊരു ചിത്രമാണ് 'ഒരു പാടവുമായി പ്രണയത്തെ ചേർത്ത് വരയ്ക്കുമ്പോൾ'. കൗമാരത്തെ ഓർത്തെടുക്കുന്ന ആത്മകഥാരചനയുടെ സൗന്ദര്യവും നൈർമ്മല്യവുമുണ്ട് ഈ കവിതയ്ക്ക്. 'റോഡിന്റെ റോങ്ങ് സൈഡിലൂടെ തണൽപിടിച്ച് ഡബിൾസ് വെച്ചുള്ള ഒരു സൈക്കിളോട്ട' മാണ് കവിതയുടെ ദൃശ്യം. സിനിമയും പാട്ടും കവിതയും നോവലുമാണ് വർത്തമാനം. 'മിലേസുർ മേരാ തുംഹാരാ' എന്ന പാട്ട് എവിടെയോ കേൾക്കുന്നുണ്ട്. വെയിൽ ചായുമ്പോൾ സൈക്കിളവിടെവെച്ച് കലുങ്കിലിരിക്കും. അപ്പോൾ :

'ബസ്സിറങ്ങി
ദൂരെനിന്നവൾ വരുന്നതും
അടുത്തെത്തുമ്പോൾ
നോക്കിച്ചിരിക്കുന്നതും
നടന്നു മറയുന്നതും
എപ്പോഴെങ്കിലും തിരിഞ്ഞുനോക്കുന്നതും.'

അതുമതി. അതാണാ സൈക്കിളോട്ടം. അതാണാ ഒറ്റ ഫ്രെയിമിലെ ചിത്രം.

'ദൃശ്യത്തിലവളില്ലെങ്കിലും
പാടത്തിനിപ്പോഴും
പ്രണയത്തിൻറെ നിറമുണ്ടല്ലോ'

വായനക്കാരന്റെ ഫ്രെയിമിൽ അവളുടെ ചിത്രങ്ങൾ മാത്രം അവശേഷിപ്പിച്ചാണ് കവിത യാത്രപറയുന്നത്.

ഇളംകാറ്റിലൊഴുകിവരുന്ന ഗസൽ സംഗീതം പോലെ വിരഹാർദ്രമാണ് 'മഴവഴി' എന്ന കവിത. ജന്മനാടിന്റെ ഹൃദയത്തിലൂടെയുള്ള ഒരു സ്വപ്നസഞ്ചാരിയുടെ ഗാനമാണത്. സ്മരണകളുടെ ചിറകുകളിലാണ് അയാളുടെ സഞ്ചാരം.

'പട്ടുചേലയിൽ മഞ്ഞനൂലുകൾ
കുട്ടനാട്ടിലെ നെൽവയൽ
വണ്ടിയോട്ടിനാമന്നു പോയതും
കയ്യു കോർത്തു ചുവന്നതും'

പ്രണയചിത്രവും ഗ്രാമചിത്രവും കൊഴിഞ്ഞതൂവലുകൾ പോലെ കവിതയിൽ പാറുകയാണ്. 'ചേറുവീണ വരമ്പുകൾ, മീൻ പിടഞ്ഞ ഒഴുക്കുകൾ, ചേർന്നിരുന്നു ചിത്രങ്ങൾ വരച്ച തിട്ടകൾ, കാറ്റു കൂട്ടിയ ഉമ്മകൾ, വാകപ്പൂക്കളുടെ ചെമ്മഴയേറ്റ് മിണ്ടിയിരുന്നതും, നടന്നതും, തട്ടുദോശ കഴിച്ച്, ചുക്കുകാപ്പി കുടിച്ചതും, പിരിയാനാകാതെ പിരിയേണ്ടിവന്നപ്പോൾ പൊടിഞ്ഞ കണ്ണീർ എരിവുകൊണ്ടാണെന്നു നടിച്ചതും' എന്നിങ്ങനെ ജന്മഗ്രാമത്തിന്റെ മനസ്സിലൂടെയുള്ള പ്രണയയാത്രയുടെ സുന്ദരദൃശ്യങ്ങളെക്കൊണ്ട് മനോഹരമാണ് ഈ കവിത. പ്രണയനിമിഷങ്ങൾ പെട്ടെന്നു തീർന്നപോലെയുള്ള അനുഭവം. ഒരു മേഘം പതുങ്ങിവന്ന് നിലാവിന്റെ കണ്ണുപൊത്തി ആ പ്രണയസുന്ദര കാഴ്ചകളെ ചെറുനീറലാക്കി മാറ്റുന്നു. അതികാല്പനികമെന്നു തോന്നുമെങ്കിലും ഭാവസാന്ദ്രവും ഹൃദയാവർജ്ജകവുമാണ് ഓരോ വരിയും.

വിരഹവും വിഷാദവും നഷ്ടബോധവും വികാരസാന്ദ്രതയിൽ മീട്ടുന്ന ഒരു വീണവാദകന്റെ കലാവിരുതുണ്ട് ഹാരിസിന്റെ പ്രണയ രചനകൾക്ക്. ഗ്രാമവും ഗ്രാമ പ്രകൃതിയും, ഗ്രാമീണജീവിതവും, ഗ്രാമമനസ്സും, ഗ്രാമീണ നന്മകളും തുടിയ്ക്കുന്ന സർഗ്ഗവാസനകളിൽനിന്നാണ് കാവ്യവാങ്മയങ്ങൾ ഉയിർക്കൊള്ളുന്നത്. ഹൃദയനൂലുകൊണ്ട് പ്രണയാനുഭവങ്ങളെ കൊരുത്തുകെട്ടുന്ന വാസനാബലം ഈ കവിതകളുടെ സർഗ്ഗവൈഭവം തന്നെയാണ്. വായനയിൽ സാന്ത്വനത്തിന്റെ സുഖശീതളസ്പർശം അനുഭവിക്കാനാകുന്നു. ഉന്മാദത്തിലേയ്ക്കോ ആർഭാടത്തിലേയ്ക്കോ അതിഭാവുകത്വത്തിലേയ്ക്കോ എടുത്തുചാടാത്ത മിതത്വമുണ്ട്. എന്നാൽ ഭാവതീവ്രവുമാണ്. പുറത്തേയ്ക്ക് കവിയുന്നതിനേക്കാൾ അകത്തേയ്ക്കാണൊഴുക്ക്, ഏകാകിയുടെ സ്വപ്നസഞ്ചാരംപോലെ. ആ

കെത്തുകയിൽ ഒരു സൗമ്യഭാവം പ്രസരിക്കും പോലെ.

'ഇരുളിന്റെ വാതിൽ
തുറന്നുമെല്ലെ
മുഖപടം പാതി
മറച്ചുനിൽക്കും
പ്രിയതരമായ
വെൺപൂവുപോലെ
ഉയിരിലെക്കവിതയായ്
നിൻവെളിച്ചം' (നിലാവ്)

ഈ സ്വച്ഛസൗന്ദര്യം ഹാരിസിന്റെ ഉയിരിലെ കവിതയും പ്രണയവുമാകുന്നു.

ജീവിതക്കാഴ്ചകളുടെ സഞ്ചാരി

'ജൈവികത്തുടർച്ച' എന്നാണ് രണ്ടാം ഖണ്ഡത്തിന്റെ ശീർഷകം. ഇരുപത്തിരണ്ട് കവിതകളുണ്ട് ഈ ഖണ്ഡത്തിൽ. ജീവിതം കാണാനിറങ്ങിയ ഒരു സഞ്ചാരിയുടെ കുറിപ്പുപോലെ നിരീക്ഷണസ്വഭാവമുള്ള വിശ്ലഥ ചിന്തകളാണ് ഈ കവിതകളുടെ സാമാന്യസ്വഭാവം. ഗ്രാമവും, നഗരവും, പ്രകൃതിയും, കലയും, സംഗീതവും, കവിതയും, സൗഹൃദവും, ബാല്യവും, ദുഃഖവും, ആനന്ദവും, സ്വപ്നവും, ജീവിതചിന്തകളും ബുദ്ബുദങ്ങളായി കവിതയിൽ നുരയുന്നു. മുളപൊട്ടി വളരുന്ന ചെറുചെടിയുടെ നൈർമ്മല്യമുണ്ട് ഓരോ രചനയ്ക്കും. ഈ പുസ്തകത്തിന്റെ ശീർഷകമായ 'കടൽ ഒരു ഗാലക്സി' യാണ് ആദ്യകവിത. കടലിന്റെ പശ്ചാത്തലത്തിൽ ജീവിതത്തിന്റെ തിരക്കുകളും വിഹ്വലതകളും വരയ്ക്കുകയാണ് കവി. അർദ്ധരാത്രി ചായുന്നതോടെ മുക്കുവരെല്ലാം വലയും വഞ്ചിയുമായി കടലിലിറങ്ങുന്നു. മനുഷ്യരും, വഞ്ചിയും, വലയും , മീനും ചേർന്ന് കടൽ ഒരു ഗാലക്സിയാകുന്നു. താരകളിളകുന്ന ആകാശം കടലിൽ തിരയടിക്കുന്നു. ആകാശവും കടലും ഭാവനയും യാഥാർഥ്യവും ജീവിതത്തിരകളിൽ സന്ധിക്കുന്ന ജീവിതത്തിന്റെ മഹത്വം വാഴ്ത്തുന്ന ഒരു കവിതകൂടിയാണിത്. വിചിത്രമായ ഭാവനയിലാണ് അത് വിരിയുന്നത്. വിചിത്രകൽപനകളുടെ (fantsay) നിറക്കൂട്ടില്ലാതെ ഹാരിസിന്റെ ചിത്രങ്ങൾ സ്വയം പൂർണ്ണമാകുന്നില്ല. 'കറുപ്പിനെന്തു പേരിടും' എന്ന കവിതയും സമാനമാണ്. എന്നോ കൂടെക്കൂടിയ ഒരു പൂച്ച. അതിനെ മടക്കം പ്രാപ്യമല്ലാത്ത ഒരിടത്ത് കൊണ്ടു കളയാൻ തീരുമാനിക്കു

ന്നു. തന്റെ തന്നെയൊരു ഭാഗം എന്നപോലെ അതിനെ പിരിയാനാകാത്ത ഇഷ്ടമുണ്ട്. എങ്കിലും അതിനെ ഉപേക്ഷിക്കുവാനായി അരുവിക്കരയിലെ മരച്ചുവട്ടിൽ ഇരിക്കുകയാണ്.

'തലയുമുടലും കോതി ഞാൻ.
ഇടയ്ക്കിടെ കണ്ണടച്ചും മിഴിച്ചും
കുറുകിയും
നഖങ്ങളിളക്കിയുമവൾ.'

ഉപേക്ഷിക്കാനാകാതെ അയാളും ഉപേക്ഷിച്ചാലും പോകില്ലെന്ന് പൂച്ചയും എന്ന പോലെയാണ് ആ ഇരിപ്പ്. അവസാനം അയാൾ പൂച്ചയെ ഉപേക്ഷിച്ച് വീട്ടിലെത്തുന്നു. പിറ്റേന്ന് കറുത്ത മറ്റൊരു പൂച്ചക്കുഞ്ഞുമായി പൂച്ചയെത്തുന്നു. പറിച്ചുമാറ്റാൻ കഴിയാത്ത ചില ഹൃദയരഹസ്യങ്ങളിലാണ് മനുഷ്യൻ ജീവിച്ചുപോകുന്നത്. അത് വ്യാഖ്യാനിക്കാനാവാത്ത ഹൃദയവിശേഷമാണ്. കവിതയെഴുത്തും ഭാവനയും അതിൽപെടുന്നു. കവിഭാവനയുടെയും നിരീക്ഷണത്തിന്റെയും പ്രതിനിധിയായി ഒരു കറുത്ത ചോനനുറുമ്പു പ്രത്യക്ഷപ്പെടുന്ന കവിതയാണ് 'ദുബായ് ബാഗിലെ ഉറുമ്പ്'. വിമാനയാത്രയിൽ കവിതാപുസ്തകത്തിലാണ് കവി ഉറുമ്പിനെ കാണുന്നത്. അത് വിമാനജാലകത്തിലിരുന്ന് അതിനോളം മാത്രം വലിപ്പം തോന്നിക്കുന്ന മരങ്ങളും പുഴകളും വീടുകളും മലകളും നോക്കിക്കാണുകയാണ്. ഉറങ്ങിക്കൊണ്ടിരുന്ന കവിയെ വിമാനം നിലം തൊട്ടപ്പോൾ കൈപിടിച്ചുണർത്തി അത് കവിതയിലേയ്ക്ക് കൂട്ടിക്കൊണ്ടുപോകുന്നു. അതിന്റെ കണ്ണടച്ചുള്ള ചെറിയ സ്മൈലിയിലാണ് കവിതകൾ വിരിയുന്നത് എന്നു തോന്നിപ്പോകും. അപൂർവ്വതകൾ ആനയിക്കുന്ന ഇത്തരം കൽപ്പനകളിലാണ് കവിയ്ക്കു കൗതുകം.

ഒരു ചെടിക്കു മനുഷ്യപ്പറ്റിന്റെ ജീവൻ നൽകുന്ന അത്ഭുതവിദ്യയാണ് 'വാടകച്ചെടി' എന്ന കവിത. ഓഫീസുകളിലും ജോലിസ്ഥലങ്ങളിലും മറ്റും വാടകയ്ക്കു കൊണ്ടുവെക്കുന്ന അലങ്കാരച്ചെടിയാണ് ഇവിടെ വിഷയം. നഗരത്തിലെ തിരക്കിട്ട ജീവിതത്തിൽ മനോഹരിയായ ആ ചെടിയെ ആരും ശ്രദ്ധിക്കുന്നേയില്ല. എന്നാൽ ചെടിയാകട്ടെ:

'വരുന്നോർക്കും പോകുന്നോർക്കും ചെടി
നനുത്ത പച്ചയിൽ പൊതിഞ്ഞ
നിറഞ്ഞ ചിരികൊടുക്കും.
കരുത്തുറ്റ ഇലകൾ
കാറ്റില്ലെങ്കിലും ചെറുതായി ആടും.

ചിലപ്പോഴൊക്കെ അടുത്തുപോകുന്നവരെ
മെല്ലെ തൊടും.'

ചെടിയുടെ സാന്നിദ്ധ്യം ഒരു കുഞ്ഞിന്റെ നിഷ്കളങ്കതയിലേയ്ക്കും സുഹൃത്തിന്റെ സ്നേഹവായ്പിലേയ്ക്കും ഒരു റിസെപ്ഷനിസ്റ്റിന്റെ സ്വാഗതങ്ങളിലേയ്ക്കും മാനവീകരിക്കുന്നതിലൂടെ കവിതയും മാനവികതയുടെ അങ്കനമായി മാറുന്നു. ഉടമസ്ഥൻ വന്നു ചെടിയെ പരിചരിക്കുമ്പോൾ ഒരു കുഞ്ഞ് മാതാവിനെ കാണുന്ന അംഗവിക്ഷേപങ്ങളുടെ അന്തരീക്ഷവും കവിത സൃഷ്ടിക്കുന്നുണ്ട്. അപ്പോഴാണ് അത് അവഗണിക്കപ്പെട്ട സ്നേഹസൗഹൃദമാണെന്ന് കവിയും തിരിച്ചറിയുന്നത്. അയാൾ സ്നേഹപരിചയങ്ങളുടെ ഒരു നീണ്ട 'ഹലോ' ചെടിക്കു സമർപ്പിക്കുന്നു. കവിനോട്ടങ്ങളുടെ സർഗ്ഗസഞ്ചാരത്തിന് ഒരു സ്വകീയ ഉദാഹരണമാണ് ഈ കവിത.

ഒരു കാടിനെ മുഴുവൻ ഒറ്റസ്നാപ്പിലെടുത്ത് ഹൃദയത്തിലൊട്ടിച്ച കവിതയാണ് 'കാട്'

'ഒറ്റത്തവണയേ കാട്ടിൽപോയിട്ടുള്ളൂ' എങ്കിലും പൂമ്പാറ്റമഴവില്ലിന്റെ ഡ്രാഗൺഷോ പോലെ അത് കവിത വാസനിക്കുന്ന ജീവിതക്കാടായി മാറിയിരിക്കുന്നു.

പാർക്കിൽ, ഫ്ളാറ്റിൽ
റോഡരികിലെ ഒറ്റമരച്ചോട്ടിൽ
തൊട്ടും കേട്ടും വാസനിച്ചുമങ്ങനെ
ഒരേയൊരുനിമിഷത്തിൽ
ഒരു കാടിപ്പോഴും
നിറഞ്ഞുവരാറുണ്ട്.

പ്രശാന്തതയിൽ അനുസ്മരിക്കുന്ന ഹൃദയഹാരിയായ അനുഭവസത്യങ്ങളാണല്ലോ കവിത. മനസ്സിൽ ഉറച്ചുനിന്നുള്ള ജീവിതയാത്രയും 'സങ്കല്പവായു വിമാനയാത്ര' എന്ന ഭാവനയും തമ്മിലുള്ള സംഘർഷത്തിന്റെ ഒരു ചിന്താശകലമാണ് 'ഡ്രൈവ്' എന്ന കവിത തുറന്നിടുന്നത്. 'സ്വപ്നം കണ്ടുനടന്നാൽ പോര, ജീവിക്കാൻ പഠിക്കണം' എന്നൊരു ചൊല്ലുണ്ടല്ലോ. ഇതിനിടയിലെവിടെയോ ആണ് കവിജീവിതം.

പൂക്കളുടെ കഥ പറഞ്ഞ് മനുഷ്യവംശങ്ങളിലേയ്ക്ക് ഭാവനയെ ആട്ടിത്തെളിക്കുന്ന ഒരു സുന്ദരകവിതയാണ് 'പേരില്ലാപ്പൂക്കൾ'. വശ്യസൗന്ദര്യവും ദൃശ്യചാരുതയും (ഈ രണ്ടു ഗുണങ്ങളും) ഉള്ള എത്രയെത്ര

പൂക്കൾ. മാലകളിലും അലങ്കാരങ്ങളിലും ബൊക്കെകളിലും റീത്തുകളിലും അവ അലംകൃതമാകുന്നു. അക്കൂട്ടത്തിൽ സ്വദേശികളുണ്ട്, പ്രവാസികളുണ്ട്, തിരിച്ചറിയൽ കാർഡുള്ളവയുണ്ട്. എന്നാൽ പേരില്ലാപ്പൂക്കളുടെ കടൽ തന്നെയുണ്ട് കാട്ടിൽ.

'കാണാനിറങ്ങളാൽ സങ്കലനപ്പെട്ടവ
ഗൂഢവാസനകളാൽ വിശുദ്ധരായവ
വിടരാനും കാറ്റിലാടാനും കൊഴിയാനും
അനുമതി വേണ്ടാത്തവ'

'തിരിച്ചറിയൽ കാർഡില്ലാത്ത
സന്തോഷപ്പൂപ്പാടങ്ങൾ'

വിശ്വമാനവപ്പരപ്പിലേയ്ക്ക് വികസിക്കുകയാണ് കവിത, 'പൂവുകളത്രേ സാക്ഷികൾ' എന്നു നമ്മെ ബോധിപ്പിക്കുംപോലെ.

ഒരു പ്രവാസഗാനത്തെ ആലപിക്കുന്നു, 'ഖലീലിത്തിറ'. മാപ്പിളപ്പാട്ടിന്റെ ഈണം, അറേബ്യൻ സദിര്, മലയാളിയുടെ പൂതനും തിറയും പുഴയും. ഈ സാങ്കര്യമാണ് പ്രവാസം നീട്ടുന്ന അതീതകാലം എന്ന് പ്രവാസചിന്തകൾ പറയുന്നു. പ്രവാസപഠനങ്ങൾക്ക് (diaspora studies) സ്വീകരിക്കാവുന്ന ഒന്നാണ് ഈ കവിത. നാട്, നാട്ടുജീവിതം, നാട്ടുകലകൾ തുടങ്ങി ജന്മനാടുമായി ബന്ധപ്പെട്ടതെല്ലാം പിൻവിളിയായും തിരിച്ചുവരവായും നഷ്ടവിഷാദമായും പ്രവാസകവിതകളിൽ തളിരിടുന്നു.

പതുക്കെ ഖലീലിപ്പാ
ട്ടൊഴുകി മറയുന്നു
തിറയും പുഴപ്പെണ്ണും
മണലിൽ നടക്കുന്നു.

പഴയകാലത്തെ മഴയും മേഘവിസ്ഫോടനത്തോടെയുള്ള പുതുകാലമഴയും ചേർത്തുവെച്ച് വേഗതയേറിയ ഇന്നത്തെ ജീവിതത്തെയും തലമുറയേയും നോക്കിക്കാണുവാനുള്ള ശ്രമമാണ് 'മേഘോത്സവം.'

'പെയ്തിറങ്ങുവാൻ സാവകാശമേ തരില്ല
പൊട്ടിയങ്ങുവീഴണം'

നഷ്ടമോ നാശമോ നല്ലതോ തീയതോ എന്നതൊന്നും ജീവിതത്തെ ബാധിക്കുന്നില്ല 'എല്ലാം ഉഗ്രവേഗത്തിലാകണം'. പൊട്ടിത്തെറിക്കണം.

ലോകബോധത്തിലും ജീവിതവീക്ഷണത്തിലും വന്നുകൊണ്ടിരിക്കുന്ന മാറ്റങ്ങളെ അടയാളപ്പെടുത്തുണ്ട് ഈ കവിത. പലതും മാറേണ്ടതുണ്ട്, പുതുക്കേണ്ടതുണ്ട് എന്ന തോന്നലിൽ നിന്നാകാം 'ഇട്ടാവട്ടം' എന്ന കവിത ജനിക്കുന്നത്. പൂർവ്വകാലത്തിന്റെ ഭാരം കൊണ്ടോ കീഴ്‌വഴക്കങ്ങളെ ലംഘിക്കാനുള്ള ഭയം കൊണ്ടോ പഴയകാലത്തിന് അത് സ്വീകാര്യമാകുന്നില്ല. ഈ സംഘർഷമാണ് കവിത സംസാരിക്കുന്നത്. കാലത്തിന്റെ മറിച്ചിലും തിരിച്ചിലും വേഗവും മടുപ്പും ആഘാതവും കലണ്ടർ എന്ന പ്രതിരൂപാത്മക കവിതയിൽ തെളിയുന്നുണ്ട്.

'മടുപ്പുകള്ളികൾ
ക്കകത്തെയക്കങ്ങൾ
ഡിസംബർച്ചൂടിലും
പുതച്ചുറങ്ങുന്നു'

ആവർത്തനവിരസമായ യാന്ത്രികജീവിതത്തിൻറെ മടുപ്പുതന്നെയാണ് കവിതയുടെ കേന്ദ്രം.

യഥാർത്ഥമായ ജീവിതസത്യത്തെ കൽപനയിൽ പകർത്തുകയാണ് കലയുടെ പിറവിയിൽ സംഭവിക്കുന്നതെന്നാണല്ലോ ഒരു കലാവാദം. കവിതയടക്കം എല്ലാ കലകളുടെയും അമ്മ ജീവിതമെന്ന പൊരുളാണെന്നർത്ഥം. കലകൾ അതിന്റെ ആസ്വാദകർ കൊണ്ടാടുന്നു, ആഹ്ളാദിക്കുന്നു. എന്നാൽ അതിന്നാധാരമായ ജീവൽപ്രശ്നം പരിഹരിക്കപ്പെടാതെ അതേപോലെ അവശേഷിക്കുന്നു. ഈ വൈരുദ്ധ്യത്തിന്റെ സംഘർഷമാണ് 'അമ്മപ്പുല്ല്'.

'സ്വപ്നത്തിൽ
കുഞ്ഞിനെത്തിരഞ്ഞൊരമ്മ
ഒറ്റയ്ക്കൊരുവഴിയിലൂടെ
ഓടിപ്പോകുന്നതുകണ്ടു'. ഈ വരികൾ ഇടശ്ശേരിയുടെ പൂതപ്പാട്ടിലെ അമ്മയെ ഓർമ്മിപ്പിക്കും.

ഡ്വോമോ ഡി മിലാനോ എന്ന ഇറ്റലിയിലെ കത്തീഡ്രലിന്റെ സൗന്ദര്യവും ചരിത്രവും പുരാവൃത്തവും ഒരു ചലച്ചിത്രത്തിലെന്നപോലെ ദൃശ്യവിസ്മയമായി അരങ്ങിലൊരുങ്ങുന്ന കവിതയാണ് 'ഡ്വോമോ ഡി മിലാനോ'. 'ഉയർച്ചയിലങ്ങ് കണ്ണിമവെട്ടാതെ കന്യാമറിയത്തിന്റെ സുവർണ്ണ രൂപത്തിൽ' കവിത കാഴ്ചയുടെ അവസാനദൃശ്യം വരയ്ക്കുന്നു. ചരിത്രവും സമകാല ദൃശ്യങ്ങളും ഇഴചേർന്ന ഒരു വിഷാദസ്മരണപോലെ കവിത ഹൃദയഹാരിയാകുന്നു.

'ഇപ്പോളവളുടെ കണ്ണുകളിൽ
നൂറ്റാണ്ടുകൾക്കപ്പുറത്തുനിന്നുമൊരു
കപ്പലിന്റെ കടലോളങ്ങൾ'

'ജൈവികത്തുടർച്ച' ഇവിടെ അവസാനിക്കുകയാണ്. മാനവജീവിതത്തിന്റെ പല അടരുകളിലൂടെ വായനക്കാരെ കൂട്ടിക്കൊണ്ടുപോകുന്നു, ഓരോ കവിതയും. ഹൃദയം തൊടാതെ ഒരെഴുത്തും തനിക്കു സാധ്യമല്ലെന്ന് കവിയും കവിതയും സ്വകാര്യം പറയുന്നു. ചെറുചെറു കാവ്യവാക്യങ്ങളിലൂടെയുള്ള ഏകാന്ത സഞ്ചാരം പോലെ ഓരോ കവിതയും ആത്മനിഷ്ഠമാകുന്നു.

'നോവൊഴിയാതെ' നാല് കവിതകളും 'വാക്കുമുറിയും കാലത്തി'ന്റെ എട്ടു കവിതകളും കൂടിയുണ്ട് ഈ സമാഹാരത്തിൽ. ചില നിത്യവേർപാടുകളുടെ അസുഖനിമിഷങ്ങളാണ് 'നോവൊഴിയാതെ' എന്ന വിഭാഗത്തിൽ കാവ്യനോവുകളായി അടർന്നു വീഴുന്നത്. ക്ലാസിലെ കുസൃതികൾ കൗമാര വികൃതികളെങ്കിലും അതു ജീവിതകാലം മുഴുവനും :

'വെള്ളയുടുപ്പുകൾ
ധരിക്കുമ്പോളൊക്കെയും
നടുപ്പുറത്തെ മാംസം പിളർന്ന്
പടർന്നിറ്റും നീലരക്തമായി' പിന്തുടരുന്നതിന്റെ പശ്ചാത്താപമുണ്ട് 'നീലനിറം മാത്രമുള്ള മഴവില്ല്' എന്ന കവിതയിൽ. അദ്ധ്യാപകന്റെ തൂവെള്ളഷർട്ടിൽ കുടഞ്ഞ നീലമഷിയുടെ കുസൃതിമഴവില്ലും, 'നോക്കിൽ മോക്ഷം' തന്ന അദ്ധ്യാപകന്റെ ചിത്രവും പിന്നീട് ഉണങ്ങാത്ത മുറിവായി അവശേഷിക്കുന്നതുമാണല്ലോ കവിതയുടെ പ്രമേയം. എന്നാൽ മാഷിന്റെ വേർപാടിന്റെ രംഗം എത്ര ഹൃദയഭേദകമാണെന്നു നോക്കൂ...

'വെയിലോളങ്ങളിൽ
സൈക്കിളോടിച്ചൊരു
വയോധികൻ
അകന്നകന്നങ്ങനെ'

ബാല്യത്തിൽ എന്നും വീടിന്റെ തൊടിയിലെത്തിയിരുന്ന 'പോത്തിൻകുഞ്ഞിന്റെ' തിരോധാനം ഹൃദയത്തിലേറ്റിയ വേദനയുടെ ചെറുമുറിവാണ് 'ജോസൂട്ടി' എന്ന അനുഭവകവിത.

'ഇറച്ചിക്കറിമണം മാറീട്ടും

പെരുമരവും മൈലാഞ്ചിപ്പൂവും
നിഴലൊത്തിരി വീഴ്ത്തീട്ടും
ജോസൂട്ടി വന്നില്ല'

അവൻ കവിയുടെ ഹൃദയത്തിലിപ്പോഴുമുണ്ടെന്ന് കവിത ദുഃഖത്തോടെ വിതുമ്പുന്നുണ്ട്.

'അബ്രഹാമിന്റെ മകൻ' എന്ന കവിത ഉറ്റസുഹൃത്തുക്കളിലൊരാളുടെ അപ്രതീക്ഷിത അന്തർദ്ധാനം ഏൽപ്പിക്കുന്ന ആഘാതമാണ്. ഹാരിസിന്റെ കവിതകളിൽ അന്തർധാരയായി ഒഴുകുന്ന ഒരു വിഷാദഛവിയുണ്ട്. ഹൃദയബന്ധങ്ങളുടെ അഴകും ആഴവും അതിനാക്കം കൂട്ടുന്നു.

കാലത്തിന്റെ അശുഭസഞ്ചാരത്തിൽ മനംനൊന്ത് ശപിക്കുന്ന വാക്കിന്റെ മുറിവുകളാണ് 'വാക്കുമുറിയും കാലം'. യുദ്ധത്തിന്റെ കെടുതികളും ദുരിതങ്ങളും കുട്ടികൾക്കുനേരെയും സ്ത്രീകൾക്കുനേരെയും വർദ്ധിച്ചുവരുന്ന അതിക്രമങ്ങൾ, ഭരണകൂട ഭീകരതകൾ തുടങ്ങിയ നൈതിക പ്രശ്നങ്ങളാണ് കവിയെ ഉൽക്കണ്ഠപ്പെടുത്തുന്നത്. യുദ്ധം ഒരു നാടിനെ തകർത്തുകളഞ്ഞതിന്റെ ദുരന്ത ദൃശ്യങ്ങളാണ് 'വിമാനത്തിൽ ഇടംകിട്ടാത്തവർ'. അത് അഫ്ഘാനിസ്ഥാനോ, വിയറ്റ്നാമോ, യുക്രെയിനോ ആകാം.

'കരയിപ്പോൾ മങ്ങിയൊരു ക്യാൻവാസ്
വെടിയുണ്ടകളിഴതുന്നിയ സ്കൂളുകൾ
തീവിഴുങ്ങി ദഹിക്കാത്തൊരങ്ങാടി
തോലില്ലാത്ത ചെമ്മരിയാടുകൾ'

യുദ്ധക്കൂട്ടക്കുരുതിയുടെ ഇരകളാണ് കവിതയുടെ ചുവന്ന അക്ഷരങ്ങൾ നിറയെ. യുക്രെയിനിലെ മാരിയുപോൾ വ്യവസായനഗരം യുദ്ധത്തീയിൽ എരിഞ്ഞടങ്ങിയതിന്റെ ഭീതിദൃശ്യങ്ങളാണ് 'മാരിയുപോൾ'.

'ഇരുട്ടാണു യുദ്ധം
വിശപ്പാണു യുദ്ധം
ഉറക്കം കെടുത്തുന്ന
ഭയമാണ് യുദ്ധം
കൺമുന്നിലമ്മയും
കുഞ്ഞുങ്ങളും പെയ്യും
കണ്ണീർക്കയങ്ങൾ തൻ

ചുഴിയാണു യുദ്ധം'

'ഹോളിഡേ' എന്ന കവിതയിൽ യുദ്ധാഗ്നിയിൽനിന്ന് അമ്മയോടൊപ്പം പലായനം ചെയ്യുന്ന കുഞ്ഞു പറയുന്നു 'എനിക്കിപ്പോൾ നല്ല വിശപ്പുണ്ട്' സർവ്വതും ഉപേക്ഷിച്ചിട്ട് അന്തമില്ലാത്ത പലായനത്തിലാണ്, കുട്ടി.

ഹാരിസിന്റെ കവിതകളുടെ മേഖല ജീവിതപ്പരപ്പിനോളം വിശാലമാണ്. മാനവപക്ഷത്തു നിലയുറപ്പിക്കുന്ന അന്തസ്സാണ് അതിന്റെ ആവേഗം. രക്തമൂറുന്ന സത്യസന്ധതയുണ്ട്, വാക്കുകൾക്ക്. മിതവും സൗമ്യവുമായ ഒഴുക്കുണ്ട്, സ്വരങ്ങൾക്ക്. കൽപനകൾക്ക് അപൂർവ്വതയുണ്ട്. കഥയും കവിതയുമിണങ്ങിയ പുതുമയുണ്ട്, ആഖ്യാനത്തിന്. പല ഇഴകൾ ചേർത്തുമുറുക്കിയ ബലമുണ്ട്, ഘടനയ്ക്ക്. കവിതയും കവിയും വേറിടാത്ത അനുഭൂതി വായനയെ കവിതയോട് ചേർത്ത് നിർത്തുന്നു. ഹൃദയം പറിച്ചൊട്ടിച്ചപോലെ വരികൾക്ക് പിടച്ചിലുണ്ട്, ഇടർച്ചയുണ്ട്. ഹൃദയരാഗങ്ങൾ മീട്ടിമീട്ടി ഇനിയുമീ സംഗീതം കാലാന്തരങ്ങളിലേയ്ക്ക് ഒഴുകട്ടെ.

www.ingramcontent.com/pod-product-compliance
Lightning Source LLC
LaVergne TN
LVHW040742051026
849519LV00007BA/2426